Learning
Vietnamese

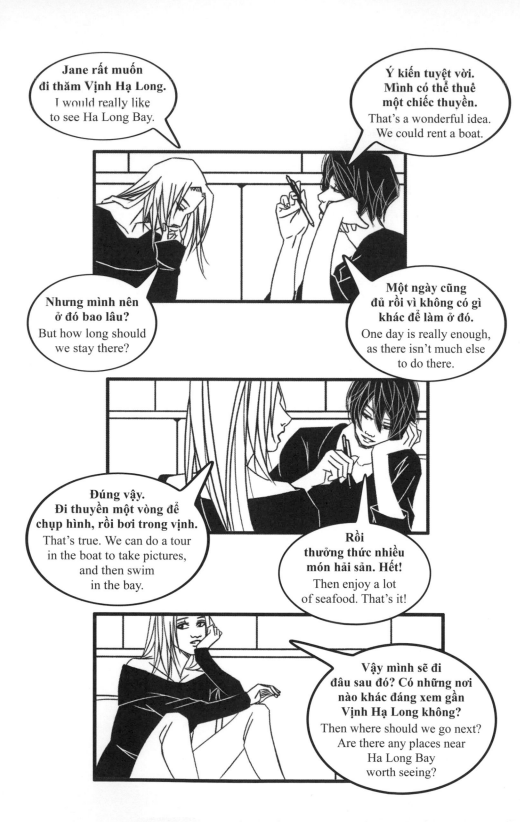

A LANGUAGE GUIDE FOR BEGINNERS

Learning
Vietnamese

Learn to Speak, Read and Write Vietnamese Quickly!

BAC HOAI TRAN

TUTTLE Publishing

Tokyo | Rutland, Vermont | Singapore

Contents

CHAPTER 1

Introduction and Pronunciation Guide

We have done everything possible in *Learning Vietnamese* to make the study of Vietnamese simple and straightforward. Our goal is to help you develop an initial interest in the language and culture of Vietnam and make your first or second trip to this country thoroughly enjoyable, giving you a feel for the language by the time you reach the end of the book. We hope that after you complete this book, you will continue to further explore this wonderful language, along with the beauty of Vietnam and its unique culture. Let us now take a look at the alphabet and then move on to pronunciation.

The Alphabet

The Vietnamese language has 12 vowels and 17 consonants, listed in the charts below.

Vowels:

| a | ă | â | e | ê | i | o | ô | ơ | u | ư | y |

Consonants:

| b | c | d | đ | g | h | k | l | m | n | p | q |
| r | s | t | v | x |

Pronunciation Guide

This guide is aimed at practicality rather than precision, since many readers will need to practice the language as soon as they finish the book, or maybe even while still turning the pages. Thus, you will not find a detailed description of the pronunciation of each tone and sound. Instead, you will find approximations. We hope that once you listen to the recordings you will be able to mimic these sounds and then practice what you have acquired by communicating with native speakers. We will now look at the Vietnamese tone, vowel, and consonant systems.

The Tone System

Vietnamese is a tonal language, which means that the tone used for a sound can cause it to become a different word conveying a different meaning. In written Vietnamese, there are only five tone marks indicating five different tones, with the sixth tone—the level tone—receiving no marking. Bear in mind that different dialects may or may not produce all these tones in their speech. For example, the southern dialects normally use only five tones out of six, and this can sometimes cause some misunderstanding for language learners. Fortunately, spoken words always carry enough contextual information to tell us what is being said.

1. The level tone (→) has no diacritic to represent it and is articulated at a relatively high pitch, like the pitch we use when we stick out our tongues and say "ah" at the doctor's office.

   ma / *ma* /   ghost

2. The rising tone (↗) is represented by the acute accent and produced at a very high pitch.

   má / *má* /   mother; cheek

3. The falling tone (↘) is indicated by the grave accent and pronounced at a rather low pitch.

   mà / *mà* /   but; who/that/which

4. The low-rising tone (↗) is expressed by the question mark minus the dot. It starts at a low pitch and then rises.

   mả / *mả* /   grave, tomb

5. The broken, low-rising tone (↝) is symbolized by the tilde. In its articulation, the voice starts low and rises abruptly, resulting in a glottal stop.

   mã / *mã* /   horse (in Sino-Vietnamese[1])

6. The lowest tone (↓) is expressed by the dot placed beneath a vowel. Its production involves the dropping of the voice to the lowest possible pitch.

   mạ / *mạ* /   rice seedling

In southern dialects, the broken, low-rising tone represented by the tilde is generally replaced by the low-rising tone, making "**mã**" sound very much like "**mả**". We can now sum up the tone system in the following table:

Tone Mark	Tone Level	Example	Meaning
No mark	→ (level)	**ma**	ghost
'	↗ (rising)	**má**	mother
`	↘ (falling)	**mà**	but
'	↗ (low-rising)	**mả**	grave
~	↝ (broken, low-rising)	**mã**	horse
.	↓ (low-falling)	**mạ**	rice seedling

---

1   Sino-Vietnamese is used to refer to Vietnamese words of Chinese origin. These are numerous, probably accounting for over half of the Vietnamese vocabulary.

The Vowel System

Single Vowels

a	as in *psalm*	e.g., **mang** (*mahng*) carry
ă	like "ah" as in *cot*	e.g., **ăn** (*an*) eat
â	as in *fun*	e.g., **cần** (*kùn*) need
e	as in *lend*	e.g., **ném** (*nem*) throw
ê	as in *play*	e.g., **đến** (*dáyn*) come
i	as in *seem*	e.g., **tim** (*teem*) heart
o	as in *dawn*	e.g., **có** (*káw*) have
ô	as in *oh*	e.g., **cổ** (*kỏh*) neck
ơ	as in *era*	e.g., **chờ** (*chùh*) wait
u	as in *root*	e.g., **ngủ** (*ngỏo*) sleep
ư	as in *huh*	e.g., **rừng** (*rùhng*) forest
y	as in *reed*	e.g., **Mỹ** (*Mēe*) America

Vowel Combinations

ai	as in *Thai*	e.g., **chai** (*chai*) bottle
ao	as in *brown*	e.g., **cao** (*kow*) tall
au	a combination of "ah" in *cot* and "oo" in *root*	e.g., **rau** (*rah-oo*) vegetable
ay	a combination of "ah" in *cot* and "ee" in *seem*	e.g., **chạy** (*chạh-ee*) run
âu	a combination of "oh" in *oh* and "oo" in *root*	e.g., **đầu** (*dòh-oo*) head
ây	as in *day*	e.g., **đẩy** (*day*) push
eo	a combination of "e" in *lend* and "oo" in *root*	e.g., **leo** (*le-oo*) climb
êu	a combination of "ay" in *play* and "oo" in *root*	e.g., **nếu** (*néh-oo*) if
ia	as in *deal*	e.g., **chia** (*chee-a*) divide
iê	as in *yet*	e.g., **tiền** (*tyèn*) money
iu	as in *few*	e.g., **thiu** (*thew*) stale
oa	as in *armoire*	e.g., **hoa** (*hwah*) flower
oe	as in *querulous*	e.g., **khoe** (*khwe*) boast
oi	as in *boy*	e.g., **hỏi** (*hỏy*) ask
ôi	a combination of "o" in *oh*, and "ee" in *seem*	e.g., **tối** (*tóh-ee*) dark
ơi	a combination of "a" in *era* and "ee" in *seem*	e.g., **mời** (*mùh-ee*) invite

ua	as "ua" in *qu*a*rt*, when preceded by "q"; elsewhere, a combination of "oo" in *root* and "a" in *era*	e.g., **mùa** (*mòo-a*) season
uâ/uơ	as in *swirl*	e.g., **quần** (*kwùn*) pants or **quơ** (*kwuh*) brandish
uê	as in *way*	e.g., **quên** (*kwayn*) forget
ui	a combination of "oo" in *root* and "ee" in *seem*	e.g., **núi** (*nóo-ee*) mountain
uô	a combination of "oo" in *root* and "oh" in *oh*	e.g., **uống** (*oo-óhng*) drink
uy	as in *sweet*	e.g., **quỳ** (*kwèe*) kneel
ưa/ ươ	a combination of "uh" in *huh* and "a" in *era*	e.g., **mưa** (*muh-a*) rain, e.g., **nước** (*núh-ak*) water
ưi	a combination of "uh" in *huh* and "ee" in *seem*	e.g., **hửi** (*hủh-ee*) sniff
iêu	as in *yew*	e.g., **kiểu** (*kyểw*) style
oai	as in *wise*	e.g., **ngoài** (*ngwài*) outside
oay	a combination of "oi" in *armoire* and "ee" in *seem*	e.g., **xoáy** (*swáy*) whirl
uôi	a combination of "oo" in *root*, "oh" in oh, and "ee" in *seem*	e.g., **muỗi** (*mōo-a-ee*) mosquito
uya	a combination of "wee" in *sweet* and "a" in *era*	e.g., **khuya** (*khwee-a*) late at night
uyê	a combination of "wee" in *sweet* and "ay" in *day*;	e.g., **suyễn** (*swēe-ayn*) asthma
ươi	a combination of "uh" in *huh*, "a" in *era*, and "ee" in *seem*	e.g., **mười** (*mùh-ah-ee*) ten
ươu	a combination of "uh" in *huh*, "a" in *era*, and "oo" in *root*	e.g., **bướu** (*búh-a-oo*) tumor
ưu	a combination of "uh" in *huh* and "oo" in *root*	e.g., **cứu** (*kúh-oo*) rescue

The Consonant System

We will look at initial consonants and consonant combinations, and then final consonants to see the distinctions in the way they are pronounced.

I. Initial Consonants

Single Consonants

b	as in _bay_	e.g., **bán** (_báhn_) sell
c	as in _cat_	e.g., **cá** (_káh_) fish
d	as in _zoo_ (northern dialects); otherwise, as "y" in _yew_	e.g., **dễ** (_yễh_) easy
đ	as in _door_	e.g., **đoán** (_dwáhn_) guess
g/gh	as in _go_	e.g., **gà** (_gàh_) chicken
h	as in _hear_	eg., **ho** (_haw_) cough
k	as in _cat_ but softer	e.g., **kim** (_keem_) needle
l	as in _love_	e.g., **lá** (_lá_) leaf
m	as in _may_	e.g., **mua** (_moo-a_) buy
n	as in _new_	e.g., **nên** (_nayn_) should
q	as in _quick_ (northern dialects); or, as "w" in _well_	e.g., **quét** (_kwét_) sweep
r	as in _roar_; as "z" in _zoo_ (some northern dialects)	e.g., **rồi** (_ròh-ee_) already
s	as in _seal_; as in _shore_ (some southern dialects)	e.g., **sông** (_sohng_) river
t	as in _stair_	e.g., **tím** (_tím_) purple
v	as in _vain_; as "y" in _young_ (some southern dialects)	e.g., **vua** (_voo-a_) king
x	as in _seal_	e.g., **xinh** (_sinh_) cute

Consonant Combinations

ch	as in _chalk_	e.g., **chuông** (_choo-ohng_) bell
kh	as in _Bach_	e.g., **khó** (_kháw_) difficult
ng/ngh	as in _singing_	e.g., **nghe** (_nge_) listen
nh	as in _lasagna_	e.g., **nhỏ** (_nhảw_) small
ph	as in _fame_	e.g., **phà** (_fàh_) ferry
th	close to "th" in _theme_	e.g., **thích** (_théek_) like
tr	close to "j" in _joy_	e.g., **trẻ** (_jẻ_) young

II. Final Consonants

Final consonants in Vietnamese are always silent. The mouth forms the shape of the consonant but no air is released and no sound is made. For example, in English we pronounce the final "k" by releasing the air from our mouth in a little burst. In Vietnamese the back of the tongue does need to be pressed against the soft palate to form a silent "k". The following are common final consonants in Vietnamese.

-c	as in *book*	e.g., **khác** (*kháhk*) different
-m	as in *claim*	e.g., **mềm** (*mèm*) soft
-n	as in *dawn*	e.g., **nón** (*nón*) hat
-p	as in *sleep*	e.g., **hộp** (*họhp*) box
-t	as in *cot*	e.g., **tốt** (*tóht*) good
-ch	as in *look*	e.g., **sách** (*sáik*) book
-ng/-nh	as in *ring*	e.g., **nắng** (*náng*) sunny, **nhanh** (*nyaing*) fast

When "a" is followed by a final "c," it keeps its sound quality (which is a full "a" sound). However, when it is followed by a final "**ch**", its pronunciation changes to "**ai**." Likewise, when "a" is followed by a final "**ng**", its sound quality doesn't change. However, when followed by a final "**nh**", it sounds like "**ai**" as in *Thailand*.

bạc (*bạhk*)   silver
bạch (*bạik*)   white
hàng (*hàhng*)   merchandise
hành (*hàing*)   onion

CHAPTER 2
Greetings and Introductions

Jane and Ben are Americans visiting Vietnam. Jane is on a work assignment and Ben is an exchange student. In this chapter we will learn how to introduce ourselves to colleagues and friends.

🎧 :DIALOGUE 1: **First Day at the Office**

It is Jane's first day at the office in Vietnam. A Vietnamese coworker called Huy is introducing himself to her.

Huy: **Chào chị. Tôi tên là Huy. Chị tên là gì?**
Chòw chẹe. Toh-ee tayn lài Hwee. Chẹe tayn lài yèe?
Hi. My name's Huy. What's your name?

Jane: **Chào anh. Tôi tên là Jane.**
Chòw aing. Toh-ee tayn lài Jane.
Hello. My name's Jane.

Huy: **Rất hân hạnh được biết chị.**
Rút hun hạing dụh-ak byét chị.
Nice to meet you.

Jane: **Rất vui được gặp anh.**
Rút voo-ee dụh-ak gạp aing.
Nice to meet you too.

Huy: **Chị là người nước nào?**
Chẹe lài ngùh-a-ee núh-ak nòw?
Where are you from?

Jane: **Tôi là người Mỹ.**
Toh-ee lài ngùh-a-ee Mẽe.
I'm American.

Huy: **Chị làm nghề gì?**
Chẹe làhm ngèh yèe?
What do you do?

Jane: **Tôi là một luật sư.**
Toh-ee lài mọht lwụt suh.
I'm a lawyer.

Huy: **Chị sống ở đâu?**
Chẹe sóhng ủh doh-oo?
Where do you live?

Jane: **Tôi sống ở Bình Dương.**
          Toh-ee sóhng ủh Bèeng Yuh-ang.
          I live in Binh Duong.

New Vocabulary 1

chào	*chòw*	hello, goodbye
chị	*chẹe*	formal title for a female peer
tôi	*toh-ee*	I, me
tên	*tayn*	name
là	*làh*	be
gì[1]	*yèe*	what
anh	*aing*	formal title for a male peer
rất	*rút*	very
hân hạnh	*hun hạing*	honored
được	*dụh-ak*	have the opportunity
biết	*byét*	know
vui	*voo-ee*	happy
gặp	*gạp*	meet
người	*ngùh-a-ee*	person
nước	*núh-ak*	country
nào	*nòw*	which
Mỹ	*Mẽe*	America, American
làm	*làhm*	do
nghề	*ngèh*	occupation
một	*mọht*	one, a
luật sư	*lwụt suh*	lawyer
sống	*sóhng*	live
ở	*ủh*	in/at (a location)
đâu	*doh-oo*	where
Chị tên là gì?	*Chẹe tayn làh yèe?*	What's your name?
Chị là người nước nào?	*Chẹe làh ngùh-a-ee núh-ak nòw?*	Where are you from?
Chị làm nghề gì?	*Chẹe làhm ngèh yèe?*	What do you do?
Chị sống ở đâu?	*Chẹe sóhng ủh doh-oo?*	Where do you live?
Tôi tên là Jane.	*Toh-ee tayn làh Jane.*	My name's Jane.
Tôi là người Mỹ.	*Toh-ee làh ngùh-a-ee Mẽe.*	I'm American.

1   In the northern dialects **gi** is pronounced *"zee"* with the falling tone in the question word **gì**, and pronounced "z" in other words that begin with **gi**. In the southern dialects, "**gì**" is pronounced *"yee"* with the falling tone in the question word **gì**, and pronounced "*y*" in other words that begin with **gi**.

Tôi là một luật sư.	*Toh-ee lài mọht lwụt suh.*	I'm a lawyer.
Tôi sống ở Bình Dương.	*Toh-ee sóhng ủh Bèeng Yuh-ang.*	I live in Binh Duong.
Rất hân hạnh được biết chị.	*Rút hun hạing dụh-ak byét chị.*	Nice to meet you.
Rất vui được gặp anh.	*Rút voo-ee dụh-ak gạp aing.*	Nice to meet you too.
Anh	*Aing*	England
Ấn Độ	*Ún Dọh*	India
Đài Loan	*Dài Lwahn*	Taiwan
Đức	*Dúhk*	Germany
Nhật	*Nyụt*	Japan
Pháp	*Fáhp*	France
Thái Lan	*Thái Lahn*	Thailand
Thụy Điển	*Thwẹe Dyẻn*	Sweden
Thụy Sĩ	*Thwẹe Sẽe*	Switzerland
Trung Quốc	*Joong Kóo-ak*	China
Úc	*Óok*	Australia
Ý	*Ée*	Italy
bác sĩ	*báhk sẽe*	doctor
doanh nhân	*ywaing nyun*	entrepreneur
kế toán viên	*kéh twáhn vyen*	accountant
kỹ sư	*kẽe suh*	engineer
phóng viên	*fáwng vyen*	reporter
y tá	*ee táh*	nurse

GRAMMAR NOTE   **Kinship Terms**

In the conversation, Huy uses the phrase **Chào chị** (*chòw chee*) to greet Jane. In this case, **chào** means "Hello", and **chị** means "older sister". People in Vietnam normally address each other using kinship terms, even if they are not related. When talking about another person, we add the word **ấy** (*áy*) "that" to the kinship term or pronoun used for that person. For example, we use the kinship term **anh** (*aing*) when talking with a man our age, and **anh ấy** (*aing áy*) to talk *about* him.

The Vietnamese also use kinship terms to refer to themselves in conversation, so they will pick a proper pronoun for themselves depending on whom they are conversing with. Vietnamese speakers will use the pronoun **tôi** (*toh-ee*) "I" when talking with people of the same age, but **em** (*em*) "younger sibling" if the other person is a little older. If the person is a lot older, they will refer to themselves as **cháu** (*cháh-oo*) "niece/nephew" or even **con** (*kawn*) "daughter/son". Learners should observe these social norms, even though they can always use the formal pronoun **tôi** if it is easier to remember.

Kinship Term/ Pronoun	Pronuncation	Meaning	Used For
anh	*aing*	older brother	a male of about the same age
em	*em*	younger sibling	someone younger than you
bác	*báhk*	older aunt/ uncle	someone as old as or older than your parents
cô	*koh*	younger aunt	a female younger than your parents
chú	*chóo*	younger uncle	a male younger than your parents
bà	*bàh*	grandmother	a female as old as your grandmother
ông	*ohng*	grandfather	a male as old as your grandfather

GRAMMAR NOTE   **Vietnamese Word Order**

Like many other languages, Vietnamese is an SVO (Subject + Verb + Object) language, although its word order is more flexible in poetry. Most Vietnamese question words occur at the end of a sentence. Verbs are not conjugated, and word forms never change regardless of a word's function in a sentence. In Vietnamese, subjective and objective pronouns share the same forms, and there are no possessive pronouns. When someone says **Tôi tên là Jane** (*Toh-ee tayn làh Jane*) or "My name is Jane", the literal translation is "I name be Jane." Alternately, one can say **Tên tôi là Jane**, a shortened and more informal form of **Tên của tôi là Jane** (*Tayn kỏo-a toh-ee làh Jane*).

GRAMMAR NOTE Omitting Words

In traditional Vietnamese grammar, **là** (*làh*) means "to be". However, in many cases it is just used as a marker identifying the subject of the sentence. In other cases, it effectively functions as an equal sign. The verb **là** can be omitted in such a question as "What's your name?" and in the response, although its omission may make the question sound less polite and even curt. In Vietnamese the verb **là** (*làh*) is always omitted from the sentence pattern Subject + Adjective. With some sentences in Vietnamese, the verb is implied, but not used. **Một** (*moht*) "a/one" is another word that is usually optional, but shouldn't be omitted in a formal setting.

CULTURAL NOTE Asking Personal Questions

In Vietnam, many people love asking personal questions out of curiosity, about your private life, such as your age, marital status or if you have children.

Pattern Practice 1

- What's your name?

Chị	**tên**	**là**	**gì?**
Chẹe	*tayn*	*làh*	*yèe?*
You (female)	name	be	what?

Chị ấy	**tên**	**là**	**gì?**
Chẹe áy	*tayn*	*làh*	*yèe?*
She	name	be	what?

- My name's Jane.

Tôi	**tên**	**là**	**Jane.**
Toh-ee	*tayn*	*làh*	*Jane.*
I	name	be	Jane.

Chị ấy	**tên**	**là**	**Jane.**
Chẹe áy	*tayn*	*làh*	*Jane.*
She	name	be	Jane.

Pattern Practice 2

- Where are you from?

Chị	**là**	**người**	**nước**	**nào?**
Chẹe	*làh*	*ngùh-a-ee*	*núh-ak*	*nòw?*
You (female)	be	person	country	which?

Em	**là**	**người**	**nước**	**nào?**
Em	*làh*	*ngùh-a-ee*	*núh-ak*	*nòw?*
You (younger person)	be	person	country	which?

- I'm American.

Tôi	là	người	Mỹ.
Toh-ee	*làh*	*ngùh-a-ee*	*Mễe.*
I	be	person	American.

Em	là	người	Úc.
Em	*làh*	*ngùh-a-ee*	*Óok.*
I	be	person	Australian.

GRAMMAR NOTE   The Question Word Nào = "Which"

The question word **nào** (*nòw*) "which" must be put at the end of a sentence. The phrase **người nước nào** (*ngùh-a-ee núh-ak nòw*) "person which country" is the shortened, completely acceptable version of **người của nước nào** (*ngùh-a-ee kỏo-a núh-ak nòw*) "person of which country". In Vietnamese grammar, the possession marker **của** (*kỏo-a*) "of" is usually left out, as long as the intended meaning is understood. In this type of question, **của** is always omitted.

Pattern Practice 3

- What do you do?

Chị	làm	nghề	gì?
Chẹe	*làhm*	*ngèh*	*yèe?*
You (female)	do	occupation	what?

Anh ấy	làm	nghề	gì?
Aing áy	*làhm*	*ngèh*	*yèe?*
He	do	occupation	what?

- I'm a lawyer.

Tôi	là	một	luật sư.
Toh-ee	*làh*	*mọht*	*lwụt suh.*
I	be	a	lawyer.

Anh ấy	là	một	bác sĩ.
Aing áy	*làh*	*mọht*	*báhk sẽe.*
He	be	a	doctor.

Pattern Practice 4

- Where do you live?

Chị	sống	ở	đâu?
Chẹe	*sóhng*	*ủh*	*doh-oo?*
You	live	in	where?

Họ	**sống**	**ở**	**đâu?**
Hạw	*sóhng*	*ủh*	*doh-oo?*
They	live	in	where?

- I live in Binh Duong.

Tôi	**sống**	**ở**	**Bình Dương.**
Toh-ee	*sóhng*	*ủh*	*Bèeng Yuh-ang.*
I	live	in	Binh Duong.

Họ	**sống**	**ở**	**Đà Lạt.**
Hạw	*sóhng*	*ủh*	*Dàh Lạht.*
They	live	in	Dalat.

EXERCISE SET 1

Practice asking the following questions and answering them.

A: What's her name? (She is younger than your parents.)
B: Her name's Judy.
C: What's his name? (He is as old as your grandfather.)
D: His name's Carl.
E: What's her name? (She is about your age.)
F: Her name's Maria.
G: What's his name? (He is older than your parents.)
H: His name's Don.

EXERCISE SET 2

Practice asking the following questions and answering them.

A: Where's he from? (He is a male peer.)
B: He's Japanese.
C: Where's she from? (She is younger than you.)
D: She's Australian.
E: Where's he from? (He is younger than your parents.)
F: He's German.
G: Where's she from? (She is as old as your grandmother.)
H: She's Swedish.

EXERCISE SET 3

Practice asking the following questions and answering them.

A: What does she do? (She is a female peer.)
B: She's a reporter.
C: What does he do? (He is younger than your parents.)
D: He's a nurse.
E: What does she do? (She is older than your parents.)
F: She's an accountant.
G: What does he do? (He is younger than you.)
H: He's an engineer.

EXERCISE SET 4

Practice asking the following questions and answering them.

A: Where does she live? (She is a female peer.)
B: She lives in Nha Trang.
C: Where does he live? (He is younger than your parents.)
D: He lives in Dalat.
E: Where does she live? (She is older than your parents.)
F: She lives in Hue.
G: Where does he live? (He is younger than you.)
H: He lives in Da Nang.

🎧 **DIALOGUE 2** | **First Introductions**

Hoa and Ben are classmates in the university. Ben met Jane at a US Embassy reception, and they are all now at a party. Ben greets Hoa first then introduces Jane to Hoa.

Ben: **Chào chị Hoa. Chị có khỏe không?**
Chòw chẹe Hwah. Chẹe káw khwẻ khohng?
Hello, Hoa. How are you?

Hoa: **Dạ, tôi khỏe. Cám ơn anh Ben. Còn anh?**
Yạh, toh-ee khwẻ. Káhm uhn aing Ben. Kàwn aing?
I'm fine. Thank you, Ben. And you?

Ben: **Cám ơn chị. Tôi khỏe. Tôi muốn giới thiệu một người bạn với chị. Đây là chị Jane, và đây là chị Hoa.**
Káhm uhn chẹe. Toh-ee khwẻ. Toh-ee moo-óhn yúh-ee thyẹw mọht ngùh-a-ee bạhn vúh-ee chẹe. Day lành chẹe Jane, vành day lành chẹe Hwah.
Thank you. I'm fine. I'd like to introduce a friend to you. This is Jane, and this is Hoa.

Hoa: **Rất vui được gặp chị.**
Rút voo-ee dụh-ak gạp chẹe.
Nice to meet you.

Jane: **Rất hân hạnh được biết chị.**
Rút hun hạing dụh-ak byét chẹe.
Nice to meet you too.

Chị làm nghề gì, chị Hoa?
Chẹe làhm ngèh yèe, chẹe Hwah?
What do you do, Hoa?

Hoa: **Tôi là một sinh viên.**
Toh-ee là mọht seeng vyen.
I'm a student.

Chị có thích Hà Nội không, chị Jane?
Chẹe káw théek Hàh Nọh-ee khohng, chẹe Jane?
How do you like Hanoi, Jane?

Jane: **Dạ, tôi rất thích Hà Nội.**
Yạh, toh-ee rút théek Hàh Nọh-ee.
(Yes,) I really like Hanoi.

New Vocabulary 2

có.... không?	*káw....khohng?*	yes ... no?
khỏe	*khwẻ*	fine, well
dạ	*yạh*	a politeness marker
cám ơn	*káhm uhn*	thank(s)
còn	*kàwn*	how about
muốn	*moo-óhn*	want, would like
giới thiệu	*yúh-ee thyẹw*	introduce
một	*mọht*	one, a
bạn	*bạhn*	friend
với	*vúh-ee*	with, to
đây	*day*	here, this
và	*vàh*	and
sinh viên	*seeng vyen*	college student
thích	*théek*	like (*verb*)
đói	*dóy*	hungry
mệt	*mẹht*	tired
no	*naw*	full (when eating)
vui	*voo-ee*	happy
Chị có khỏe không?	*Chẹe káw khwẻ khohng?*	How are you?
Chị có thích Hà Nội không?	*Chẹe káw théek Hàh Nọh-ee khohng?*	How do you like Hanoi?
Tôi khỏe.	*Toh-ee khwẻ.*	I'm fine.
Tôi rất thích Hà Nội.	*Toh-ee rút théek Hàh Nọh-ee.*	I really like Hanoi.

CULTURAL NOTE   How Are You?

In Vietnamese this is the equivalent of "Are you doing well?" This should only be asked when one has not seen an acquaintance for at least a week or two.

Pattern Practice 1

- How are you?

Chị	**có**	**khỏe**	**không?**
Chẹe	*káw*	*khwẻ*	*khohng?*
You	yes	well	no?

Cô Lan	**có**	**khỏe**	**không?**
Koh Lahn	*káw*	*khwẻ*	*khohng?*
Auntie Lan	yes	well	no?

- I'm well.

Tôi	**khỏe.**
Toh-ee	*khwẻ.*
I	well.

Tôi	**mệt.**
Toh-ee	*mạyt.*
I	tired.

- I'm not feeling well.

Tôi	**không**	**khỏe.**
Toh-ee	*khohng*	*khwẻ.*
I	no/not	well.

Chú Bình	**không**	**khỏe.**
Chóo Bèeng	*khohng*	*khwẻ.*
Uncle Bình	no/not	well.

CULTURAL NOTE   Formal Introductions

Address a person by title then given name to avoid confusion as thousands of families share the same family name. Younger people can omit titles when introducing peers to one another. Older people sometimes use **bà** (*bàh*) "grandmother" and **ông** (*ohng*) "grandfather" as an equivalent of Mrs. and Mr. respectively. Vietnamese names follow this order: family name + middle name + given name. When meeting older people, it is more polite to use **hân hạnh** (*hun hạing*) "honored" than **vui** (*voo-ee*) "happy", which can be paired with an intensifier such as **rất** (*rút*) "very/really".

Pattern Practice 2

- This is Jane.

Đây	**là**	**chị**	**Jane.**
Day	*làh*	*chẹe*	*Jane.*
This	is	title (for a female peer)	Jane.

Đây	**là**	**bác**	**Thành.**
Day	*làh*	*báhk*	*Thàing.*
This	is	title (for a person older than your parents)	Thành.

- Nice to meet you.

Rất	**vui**	**được**	**gặp**	**chị.**
Rút	*voo-ee*	*dụh-ak*	*gạp*	*chẹe.*
Very	happy	have the opportunity	meet	you.

Rất	**hân hạnh**	**được**	**gặp**	**bác.**
Rút	*hun hạing*	*dụh-ak*	*gạp*	*báhk.*
Very	honored	have the opportunity	meet	aunt/uncle.

Pattern Practice 3

- How do you like Hanoi?

Chị	**có**	**thích**	**Hà Nội**	**không?**
Chẹe	*káw*	*théek*	*Hàh Nọh-ee*	*khohng?*
You	yes	like	Hanoi	no?

Chị	**có**	**thích**	**sông Hương**	**không?**
Chẹe	*káw*	*théek*	*sohng Huh-ang*	*khohng?*
You	yes	like	river Hương	no?

- I really like Hanoi.

Tôi	**rất**	**thích**	**Hà Nội.**
Toh-ee	*rút*	*théek*	*Hàh Nọh-ee.*
I	really	like	Hanoi.

Tôi	**rất**	**nhớ**	**Hà Nội.**
Toh-ee	*rút*	*nyúh*	*Hàh Nọh-ee.*
I	really	miss	Hanoi.

- I don't like Hanoi.

Tôi	**không**	**thích**	**Hà Nội.**
Toh-ee	*khohng*	*théek*	*Hàh Nọh-ee.*
I	no/not	like	Hanoi.

Tôi	**không**	**nhớ**	**Hà Nội.**
Toh-ee	*khohng*	*nyúh*	*Hàh Nọh-ee.*
I	no/not	miss	Hanoi.

EXERCISE SET 5

Practice the following conversations.

A: How are you, Mary?
B: I'm fine, thank you. And you, John?
A: I'm good, thanks.

C: This is Ben, this is Laura.
D: Nice to meet you.
E: Nice to meet you too.

EXERCISE SET 6

Practice the following conversations.

A: What do you do, Ben?
B: I'm an engineer.
A: Do you like Nha Trang?
B: I really like it.

C: What do you do, Laura?
D: I'm a doctor.
C: Do you like Hue?
D: I really like it.

CHAPTER 3
In a Restaurant

Hoa, Jane, and Ben have become close friends and are now on a first-name basis, so they no longer need to use titles in front of each other's names. One day Hoa invites Jane and Ben to a restaurant to try some Vietnamese food. In this chapter we will learn about some popular Vietnamese dishes and practice the language used in a restaurant.

🎧 **DIALOGUE 1** **Ordering Food**

Hoa, Jane, and Ben have been looking at the menu and are now ready to order their food.

Waiter: **Anh chị muốn ăn gì?**
Aing chẹe moo-óhn an yèe?
What would you like to eat?

Ben: **Tôi muốn một tô phở gà.**
Toh-ee moo-óhn mọht toh fửh gàh.
I'd like a bowl of chicken noodle soup.

Jane: **Cho tôi một tô bún bò.**
Chaw toh-ee mọht toh bóon bàw.
Let me have a bowl of beef noodles.

Hoa: **Một dĩa mì chay.**
Mọht yẽe-a mèe chah-ee.
A plate of vegetarian noodles.

Waiter: **Anh chị muốn uống gì?**
Aing chẹe moo-óhn oo-óhng yèe?
What would you like to drink?

Ben: **Tôi muốn một ly cà phê sữa đá.**
Toh-ee moo-óhn mọht lee càh feh sũh-a dáh.
I'd like an iced coffee with milk.

Jane: **Tôi thích một tách trà nóng.**
Toh-ee théek mọht táik jàh náwng.
I'd like a cup of hot tea.

Hoa: **Cho tôi một ly nước lạnh.**
Chaw toh-ee mọht lee núh-ak lạing.
Let me have a glass of cold water.

New Vocabulary 1

anh chị	*aing chẹe*	you (for two or more people of mixed genders)
muốn	*moo-óhn*	want
ăn	*an*	eat
một	*mọht*	one, a
tô	*toh*	(big) bowl
phở	*phửh*	noodle soup
gà	*gàh*	chicken
cho	*chaw*	give
bún	*bóon*	white noodle
bò	*bàw*	beef
dĩa	*yẽe-a*	plate, order *(noun)*
mì	*mèe*	yellow noodle
chay	*chah-ee*	vegetarian
uống	*oo-óhng*	drink *(verb)*
ly	*lee*	glass
cà phê	*kàh feh*	coffee
sữa	*sũh-a*	milk
đá	*dáh*	ice
thích	*théek*	like
tách	*táik*	cup
trà	*jàh*	tea
nóng	*náwng*	hot
nước	*núh-ak*	water
lạnh	*lạing*	cold
Anh chị muốn ăn gì?	*Aing chẹe moo-óhsn an yèe?*	What would you like to eat?
Anh chị muốn uống gì?	*Aing chẹe moo-óhn oo-óhng yèe?*	What would you like to drink?
Tôi muốn một tô phở gà.	*Toh-ee moo-óhn mọht toh fửh gàh.*	I'd like a bowl of chicken noodle soup.
Cho tôi một ly nước lạnh.	*Chaw toh-ee mọht lee núh-ak lạing.*	Let me have a glass of cold water.

GRAMMAR NOTE   The Word Muốn = "Want"

The Vietnamese verb **muốn** (*moo-óhn*) "want" in restaurants is a polite equivalent to "would like." Other alternatives would include: **Tôi thích ...** (*Toh-ee théek*) "I'd like ...", **Cho tôi ...** (*Chaw toh-ee*) "Give me/Let me have ...", or simply mention the name of the dish or beverage we want to enjoy.

Food and Drink

nhà hàng	*nyàh hàhng*	restaurant
món ăn	*máwn an*	dish (of food)
thực đơn	*thụhk duhn*	menu
bánh cuốn	*báing koo-óhn*	steamed rolls
bánh xèo	*báing sè-oo*	shrimp crepes
bò kho	*bàw khaw*	beef stew
bún bò Huế	*bóon bàw Hwéh*	beef noodles from Hue
cá kho tộ	*káh khaw tọh*	claypot fish
canh chua cá	*caing choo-a káh*	sour fish soup
cơm chiên	*kuhm chyen*	fried rice
cơm sườn nướng	*kuhm sùh-an núh-ang*	grilled ribs and rice
cơm trắng	*kuhm jáng*	steamed rice
chả giò	*chẢh yàw*	egg rolls
gà luộc	*gàh loo-ọhk*	boiled chicken
gỏi cuốn	*gỏy koo-óhn*	spring rolls
phở bò	*fủh bàw*	beef noodle soup
phở gà	*fủh gàh*	chicken noodle soup
tôm lăn bột	*tohm lan bọht*	battered shrimp
rau muống xào tỏi	*rah-oo moo-óhng sòw tỏy*	water spinach stir-fried in garlic
xúp măng cua	*sóop mang koo-a*	crab soup with bamboo shoots

bia	*bee-a*	beer
cà phê đen	*kàh feh den*	black coffee
cà phê sữa	*kàh feh sũh-a*	coffee with milk
nước	*núh-ak*	water
nước cam	*núh-ak kahm*	orange juice
nước chanh	*núh-ak chaing*	lemonade
nước dừa	*núh-ak yùh-a*	coconut milk
nước đá	*núh-ak dáh*	iced water
nước lạnh	*núh-ak lạing*	cold water
nước lọc	*núh-ak lạwk*	filtered water
nước ngọt	*núh-ak ngạwt*	soda
(nước) trà	*(núh-ak) jàh*	tea
rượu đế	*rụh-a-oo déh*	rice wine
rượu vang đỏ	*rụh-a-oo vahng dảw*	red wine
rượu vang trắng	*rụh-a-oo vahng jáng*	white wine
sâm banh	*sum baing*	champagne
kem	*kem*	ice cream
bánh flan	*báing flan*	flan
trái cây	*jái cay*	fruit(s)
tráng miệng	*jáhng myẹng*	dessert

Numbers (1–20)

một	*mọht*	one
hai	*hai*	two
ba	*bah*	three
bốn	*bóhn*	four
năm	*nam*	five
sáu	*sáh-oo*	six
bảy	*bảh-ee*	seven
tám	*táhm*	eight
chín	*chéen*	nine
mười	*mùh-a-ee*	ten
mười một	*mùh-a-ee mọht*	eleven
mười hai	*mùh-a-ee hai*	twelve
mười ba	*mùh-a-ee bah*	thirteen
mười bốn	*mùh-a-ee bóhn*	fourteen
mười lăm	*mùh-a-ee lam*	fifteen
mười sáu	*mùh-a-ee sáh-oo*	sixteen
mười bảy	*mùh-a-ee bảh-ee*	seventeen
mười tám	*mùh-a-ee táhm*	eighteen
mười chín	*mùh-a-ee chéen*	nineteen
hai mươi	*hai muh-a-ee*	twenty

CULTURAL NOTE   **Noodles in Vietnam**

There are several different types of noodles. **Phở** (*fủh*) noodles are long and flat, whereas **bún** (*bóon*) noodles are round and white. Both are rice/cellophane noodles. **Mì** (*mèe*) noodles are yellow egg noodles. All these taste different and are used in different dishes.

Pattern Practice 1

- What would you like to eat?

Anh chị	**muốn**	**ăn**	**gì?**
Aing chẹe	*moo-óhn*	*an*	*yèe?*
You	want	eat	what?

Anh chị	**muốn**	**gọi**	**gì?**
Aing chẹe	*moo-óhn*	*gọy*	*yèe?*
You	want	order	what?

- I'd like a bowl of chicken noodle soup.

Tôi	**muốn**	**một**	**tô**	**phở**	**gà.**
Toh-ee	*moo-óhn*	*mọht*	*toh*	*fủh*	*gàh.*
I	want	a	bowl	noodle	chicken.

Tôi	**muốn**	**một**	**tô**	**bún**	**bò.**
Toh-ee	*moo-óhn*	*mọht*	*toh*	*bóon*	*bàw.*
I	want	a	bowl	noodle	beef.

Tôi	**muốn**	**một**	**dĩa**	**mì**	**chay.**
Toh-ee	*moo-óhn*	*mọht*	*yẽe-a*	*mèe*	*chah-ee.*
I	want	a	plate	noodle	vegetarian.

Pattern Practice 2

- How many glasses of water would you like?

Anh chị	**muốn**	**mấy**	**ly**	**nước?**
Aing chẹe	*moo-óhn*	*máy*	*lee*	*núh-ak?*
You	want	how many	glass	water?

Anh chị	**muốn**	**mấy**	**dĩa**	**cơm chiên?**
Aing chẹe	*moo-óhn*	*máy*	*yẽe-a*	*kuhm chyen?*
You	want	how many	plate	fried rice?

- I'd like two glasses of water.

Tôi	**muốn**	**hai**	**ly**	**nước.**
Toh-ee	*moo-óhn*	*hai*	*lee*	*núh-ak.*
I	want	two	glasses	water.

Tôi	**muốn**	**ba**	**dĩa**	**cơm chiên.**
Toh-ee	*moo-óhn*	*bah*	*yễe-a*	*kuhm chyen.*
I	want	three	plates	fried rice.

Tôi	**muốn**	**bốn**	**lon**	**bia.**
Toh-ee	*moo-óhn*	*bóhn*	*lawn*	*bee-a.*
I	want	four	cans	beer.

EXERCISE SET 1

Practice the following conversation in Vietnamese.

Alice: What would you like to eat?

Tom: I'd like a bowl of beef noodle soup.

Alice: What would you like to drink?

Tom: I'd like a cup of coffee.

EXERCISE SET 2

Practice ordering the following foods in a restaurant.

Tôi muốn một dĩa _____.
Toh-ee moo-óhn mọht yễe-a _____.
I want a plate of grilled ribs and rice.

Tôi muốn một tách _____.
Toh-ee moo-óhn mọht táik _____.
I want a cup of coffee with milk.

Cho tôi một tô _____.
Chaw toh-ee mọht toh _____.
Give me a bowl of sour fish soup.

Cho tôi hai ly _____.
Chaw toh-ee hai lee _____.
Give me two glasses of orange juice.

EXERCISE SET 3

How do you say the following in Vietnamese?

one bottle of champagne: _____

two orders of spring rolls: _____

three orders of egg rolls: _____

four glasses of red wine: _____

five glasses of iced water: _____

six cans of beer: _____

🎧 :DIALOGUE 2: **Talking About Food**

Ben, Jane and Hoa start commenting on their food after eating in silence for a while.

Ben:	**Phở gà ngon quá!**
	Fủh gàh ngawn kwáh!
	The chicken noodle soup is so delicious!
Jane:	**Bún bò Huế hơi cay.**
	Bóon bàw Hwéh huh-ee kah-ee.
	The Hue beef noodle is rather spicy.
Hoa:	**Mì chay cũng được.**
	Mèe chah-ee kõong dụh-ak.
	The vegetarian noodles are OK.
Waitress:	**Anh chị ăn tráng miệng không?**
	Aing chẹe an jáhng myẹng khohng?
	Would you like some dessert?
Jane:	**Tôi muốn ăn kem.**
	Toh-ee moo-óhn an kem.
	I'd like some ice cream.
Hoa:	**Tôi thích bánh flan.**
	Toh-ee théek báing flan.
	I'd like a flan.
Ben:	**Cho tôi trái cây.**
	Chaw toh-ee jái kay.
	I'd like some fruit.
Hoa:	**Jane và Ben no chưa?**
	Jane vàh Ben naw chuh-a?
	Are you full?
Jane:	**Jane no rồi.**
	Jane naw ròh-ee.
	I'm full already.
Ben:	**Ben cũng no rồi.**
	Ben kõong naw ròh-ee.
	Me, too!

Hoa:	**Tính tiền cho chúng tôi.**	
	Téeng tyèn chaw chóong toh-ee.	
	Check, please!	
Waitress:	**Dạ, hóa đơn đây.**	
	Yạh, hwáh duhn day.	
	Here's the check.	
Ben (to Hoa):	**Để Ben trả tiền.**	
	Dẻh Ben jảh tyèn.	
	Let me pay.	
Hoa:	**Không. Hoa mời, Hoa trả.**	
	Khohng. Hwah mùh-ee, Hwah jảh.	
	No. I invited you, so let me pay.	
Jane & Ben:	**Cám ơn Hoa.**	
	Káhm uhn Hwah.	
	Thank you, Hoa.	
Hoa:	**Không có chi.**	
	Khohng káw chee.	
	You're welcome.	

New Vocabulary 2

ngon	*ngawn*	delicious
của	*kỏo-a*	of, belonging to
hơi	*huh-ee*	rather, somewhat
cay	*kah-ee*	spicy
cũng được	*kõong dụh-ak*	okay
no	*naw*	full (eating)
chưa?	*chuh-a?*	yet?
rồi	*ròh-ee*	already
cũng	*cõong*	also
tiền	*tyèn*	money
tính tiền	*téeng tyèn*	calculate the money spent (in the form of a check)
cho	*chaw*	for (*preposition*)
chúng tôi	*chóong toh-ee*	we, us
hóa đơn	*hwáh duhn*	check (in a restaurant) (*noun*)
đây	*day*	here
để	*dẻh*	let (someone do something)
trả (tiền)	*jảh tyèn*	pay
mời	*mùh-ee*	invite
không có chi	*khohng káw chee*	You're welcome.

chanh	*chaing*	lemon
đường	*dùh-ang*	sugar
muối	*móo-a-ee*	salt
nước mắm	*núh-ak mám*	fish sauce
ớt	*úht*	chili pepper
tiêu	*tyew*	black pepper
tỏi	*tỏy*	garlic
cay	*kah-ee*	spicy
chua	*choo-a*	sour
lạt	*lạht*	bland
mặn	*mạn*	salty
ngọt	*ngạwt*	sweet

GRAMMAR NOTE **Conversations Among Friends**

In Vietnam, close friends do not use titles in front of given names when addressing one another. For example, in the dialogue above, Hoa no longer referred to Jane as **chị Jane**, and simply called her by her first name, Jane. Among close friends many young people nowadays tend to refer to themselves in the third person, using their own name. For example, Hoa no longer referred to herself using the formal pronoun **tôi**, and used her own name Hoa instead. Older speakers still tend to be more formal. They continue using titles when addressing others, and referring to themselves as **tôi**.

GRAMMAR NOTE **The Intensifier Quá = "So"**

Unlike in English, in Vietnamese adjectives always come after the nouns that they modify, and the intensifier **quá** (*kwáh*) "so" usually occurs after that.

Pattern Practice 1

- The chicken noodle soup is so delicious!

Phở gà	**ngon**	**quá!**
Fủh gàh	*ngawn*	*kwáh!*
Chicken noodles	delicious	so!

Bún bò Huế	**tuyệt**	**quá!**
Bóon bàw Hwéh	*twẹt*	*kwáh*
Hue beef noodles	wonderful	so!

Mì chay	**được**	**quá!**
Mèe chah-ee	*dụh-ak*	*kwáh*
Vegetarian noodles	good	so!

- Would you care for another bowl of chicken noodles?

Chị	**có**	**muốn**	**gọi**	**thêm một**	**tô phở gà**	**không?**
Chẹe	*káw*	*moo-óhn*	*gọy*	*thaym mọht*	*toh fủh gàh*	*khohng?*
You	yes	want	order	more one	bowl chicken noodles	no?

Chị	**có**	**muốn**	**gọi**	**thêm một**	**tô bún bò**	**không?**
Chẹe	*káw*	*moo-óhn*	*gọy*	*thaym mọht*	*toh bóon bàw*	*khohng?*
You	yes	want	order	more one	bowl beef noodles	no?

Chị	**có**	**muốn**	**gọi**	**thêm một**	**dĩa mì chay**	**không?**
Chẹe	*káw*	*moo-óhn*	*gọy*	*thaym mọht*	*yẽe-a mèe chah-ee*	*khohng?*
You	yes	want	order	more one	plate vegetarian noodles	no?

Pattern Practice 2

- How do you like the Hue beef noodles?

Bún bò Huế	**có**	**ngon**	**không?**
Bóon bàw Hwéh	*káw*	*ngawn*	*khohng?*
Hue beef noodles	yes	delicious	no?

- The Hue beef noodles are rather spicy.

Bún bò Huế	**hơi cay.**
Bóon bàw Hwéh	*huh-ee kah-ee.*
Hue beef noodles	rather spicy.

Bún bò Huế	**rất ngon.**
Bóon bàw Hwéh	*rút ngawn.*
Hue beef noodles	very delicious.

Bún bò Huế	**cũng được.**
Bóon bàw Hwéh	*kõong dụh-ak.*
Hue beef noodles	okay.

Pattern Practice 3

- Are you full?

Jane	**no**	**chưa?**
Jane	*naw*	*chuh-a?*
Jane	full	yet?

Jane	**đói**	**chưa?**
Jane	*dóy*	*chuh-a?*
Jane	hungry	yet?

Jane	khỏe	chưa?
Jane	*khwẻ*	*chuh-a?*
Jane	well	yet?

- I'm full already.

Ben	no	rồi.
Ben	*naw*	*ròh-ee.*
Ben	full	already.

Ben	đói	rồi.
Ben	*dóy*	*ròh-ee.*
Ben	hungry	already.

Ben	khỏe	rồi.
Ben	*khwẻ*	*ròh-ee.*
Ben	well	already.

EXERCISE SET 4
Practice the following conversations in Vietnamese.

A: How do you like the vegetarian noodles?
B: They are so delicious!

C: How do you like the sour fish soup?
D: It is too salty.

EXERCISE SET 5
Practice the following conversations in Vietnamese.

Liz: Are you hungry, Royce?
Royce: I am. Are you?
Liz: I am too.

Alex: Are you full?
Alice: I am. Are you?
Alex: I am too.

CHAPTER 4
Shopping

Jane and Ben are on a shopping trip. In this chapter we will practice the language used while shopping.

🎧 **DIALOGUE 1** **Buying Clothes**

Jane and Ben are in a clothing store. Jane wants to buy a pair of pants and Ben needs a shirt.

Jane:	**Ben muốn mua gì?**
	Ben moo-óhn moo-a yèe?
	What do you want to buy, Ben?
Ben:	**Ben cần mua một cái áo sơ mi. Còn Jane?**
	Ben kùn moo-a mọht kái ów suh mee. Kàwn Jane?
	I need to buy a dress shirt. What about you, Jane?
Jane:	**Jane muốn mua một cái quần.**
	Jane moo-óhn moo-a mọht kái kwùn.
	I'd like to buy a pair of pants.
Salesperson:	**Dạ, anh chị cần gì?**
	Yạh, aing chẹe kùn yèe?
	May I help you?
Jane:	**Cái quần đen này giá bao nhiêu?**
	Kái kwùn den nàh-ee yáh bow nhyew?
	How much are these black pants?
Salesperson:	**Dạ, chín trăm ngàn đồng.**
	Yạh, chéen jam ngàhn dòhng.
	Nine hundred thousand *dong.*
Jane:	**Mắc quá! Sáu trăm ngàn đồng, được không?**
	Mák kwáh! Sáh-oo jam ngàhn dòhng, dụh-ak khohng?
	That's too expensive! Will six hundred thousand *dong* be okay?
Salesperson:	**Không được. Nhưng tôi có thể bớt một trăm ngàn cho chị.**
	Khohng dụh-ak. Nhuhng toh-ee káw thểh búht mọht jam ngàhn chaw chẹe.
	That won't do. But I could mark it down by one hundred thousand for you.
Jane:	**Vẫn mắc! Bảy trăm ngàn đồng, được không?**
	Vũn mák! Bảh-ee jam ngàhn dòhng, dụh-ak khohng?
	That's still expensive! Will seven hundred thousand *dong* be okay?

Salesperson:	**Thôi được.**
	Thoh-ee dụh-ak.
	Okay.

Ben:	**Cái áo sơ mi trắng này giá bao nhiêu?**
	Kái ów suh mee jáng nàh-ee yáh bow nyew?
	How much is this white shirt?

Salesperson:	**Dạ, hai trăm bốn mươi ngàn đồng.**
	Yạh, hai jam bóhn muh-a-ee ngàhn dòhng.
	Two hundred forty thousand *dong*.

Ben:	**Bớt một chút đi.**
	Búht mọht chóot dee.
	Please mark it down a little bit.

Salesperson:	**Thôi được. Một trăm sáu mươi ngàn đồng.**
	Thoh-ee dụh-ak. Mọht jam sáh-oo muh-a-ee ngàhn dòhng.
	Okay. One hundred sixty thousand *dong*.

Ben:	**Gói cho tôi đi.**
	Góy chaw toh-ee dee.
	Please wrap it up for me.

New Vocabulary 1

mua	*moo-a*	buy
cần	*kùn*	need
cái	*káh-ee*	classifier for inanimate objects
áo sơ mi	*ów suh mee*	dress shirt
quần	*kwùn*	pants
đen	*den*	black
giá	*yáh*	cost
bao nhiêu	*bow nyew*	how much
mắc	*mak*	expensive
bớt	*búht*	mark down
Được không?	*Dụh-ak khohng?*	Is that okay?
thôi được	*thoh-ee dụh-ak*	okay (said reluctantly)
trắng	*jáng*	white
một chút	*mọht chóot*	a little
đi	*dee*	used at the end of a request or a suggestion
gói	*góy*	wrap
cho	*chaw*	for

Clothes and Accessories

áo sơ mi	*ów suh mee*	dress shirt
áo thun	*ów thoon*	T-shirt
bóp	*báwp*	wallet
bộ com-lê	*bọh kawm leh*	suit (*noun*)
bông tai	*bohng tai*	earring(s)
dây chuyền	*yay chwèe-an*	necklace
dây nịt	*yay nẹet*	belt
đôi giày	*doh-ee yàh-ee*	pair of shoes
đôi giày cao gót	*doh-ee yàh-ee kow gáwt*	pair of high heels
đồng hồ	*dòhng hòh*	watch, clock
giày	*yàh-ee*	shoe(s)
khăn choàng	*khan chwàhng*	shawl
nón	*náwn*	hat
nhẫn	*nhũn*	ring
quần	*kwùn*	pants
quần đùi	*kwùn dòo-ee*	shorts
váy đầm	*váh-ee dùm*	skirt
ví	*vée*	purse
vớ	*vúh*	sock(s)

Colors

màu	*màh-oo*	color
be	*be*	beige
cam	*kahm*	orange
đen	*den*	black
đỏ	*dảw*	red
hồng	*hòhng*	pink
nâu	*noh-oo*	brown
tím	*téem*	purple
trắng	*jáng*	white
xám	*sáhm*	gray
xanh dương	*saing yuh-ang*	blue
xanh lá cây	*saing láh kay*	green
vàng	*vàhng*	yellow

Numbers (21–1,000,000)

Number 11 is **mười một** (*muh-a-ee móht*), which uses the same tone for **một** (*móht*), or number one: the lowest tone represented by the dot placed under the vowel **ộ**. However, in the numbers 21, 31, 41, etc., number one carries the highest tone, represented by an acute accent placed above the vowel **ô: mốt**.

hai mươi mốt	*hai muh-a-ee móht*	twenty-one
ba mươi	*bah muh-a-ee*	thirty
ba mươi mốt	*bah muh-a-ee móht*	thirty-one
bốn mươi	*bóhn muh-a-ee*	forty
năm mươi	*nam muh-a-ee*	fifty
sáu mươi	*sáh-oo muh-a-ee*	sixty
bảy mươi	*bẳh-ee muh-a-ee*	seventy
tám mươi	*táhm muh-a-ee*	eighty
chín mươi	*chéen muh-a-ee*	ninety
một trăm	*mọht jam*	one hundred
một ngàn	*mọht ngàhn*	one thousand
mười ngàn	*mùh-a-ee ngàhn*	ten thousand
một trăm ngàn	*mọht jam ngàhn*	one hundred thousand
chín trăm ngàn	*chéen jam ngàhn*	nine hundred thousand
một triệu	*mọht jẹw*	one million

GRAMMAR NOTE Classifiers

In Vietnamese, classifiers are used to introduce count nouns. For example, **cái** (*kái*) can encompass numerous inanimate objects such as pieces of furniture and clothing articles, **con** (*kawn*) for all types of animals, **trái** (*jái*) for all fruits, and **củ** (*kỏo*) for vegetables that grow under the ground such as carrots and potatoes. Vietnamese classifiers also indicate the shapes of objects and occasionally the materials of the objects. **Cây** (*kay*) is used for objects that are stick-like in shape; **tờ** (*túh*) for objects that are flat and made of paper, such as a newspaper; and **cuốn** (*koo-óhn*) for objects that are thick and made of paper, such as a book or a magazine.

Note that classifiers are only needed when we use a specific number or a determiner such as "this/these" or "that/those". Once the people in the conversation know what they are referring to, then the classifier for that object can function as a pronoun in place of its word for the object. In Vietnamese, **cái quần** (*kái kwùn*) "pants" is singular, as it is thought of as a single object.

CULTURAL NOTE Bargaining

In Vietnam, bargaining is expected as sellers usually mark their items up considerably. Ask for a discount (about 10 to 20 per cent off the price), with a smile on your face, and be prepared to walk away if the prices are too high.

Pattern Practice 1

- What do you want to buy, Ben?

Ben	muốn	mua	gì?
Ben	*moo-óhn*	*moo-a*	*yèe?*
Ben	want	buy	what?

- I need to buy a shirt.

Ben	cần	mua	một	cái	áo sơ mi.
Ben	*kùhn*	*moo-a*	*mọht*	*kái*	*ów suh mee.*
Ben	need	buy	a	classifier	dress shirt.

Ben	cần	mua	một	tờ	báo.
Ben	*kùhn*	*moo-a*	*mọht*	*tùh*	*bów.*
Ben	need	buy	a	classifier	newspaper.

Ben	cần	mua	một	cuốn	sách.
Ben	*kùhn*	*moo-a*	*mọht*	*koo-óhn*	*sáik.*
Ben	need	buy	a	classifier	book.

Pattern Practice 2

- How much are these black pants?

Cái	quần	đen	này	giá bao nhiêu?
Kái	*kwùn*	*den*	*nàh-ee*	*yáh bow nyew?*
Classifier	pants	black	this/these	cost how much?

Cái	áo thun	đỏ	này	giá bao nhiêu?
Kái	*ów thoon*	*dảw*	*nàh-ee*	*yáh bow nyew?*
Classifier	T-shirt	red	this/these	cost how much?

Cái	váy đầm	vàng	này	giá bao nhiêu?
Kái	*váh-ee dùm*	*vàhng*	*nàh-ee*	*yáh bow nyew?*
Classifier	skirt	yellow	this/these	cost how much?

- Nine hundred thousand *dong.*

Chín trăm	ngàn	đồng.
Chéen jam	*ngàhn*	*dòhng.*
Nine hundred	thousand	*dong.*

Bảy trăm	ngàn	đồng.
Bảh-ee jam	*ngàhn*	*dòhng.*
Seven hundred	thousand	*dong.*

- That's too expensive! Please mark it down a little bit.

Mắc	**quá!**	**Bớt**	**một chút**	**đi.**
Mák	*kwáh!*	*Búht*	*moht chóot*	*dee.*
Expensive	so!	Mark it down	a little bit	suggest/request.

EXERCISE SET 1
Practice the following conversation in Vietnamese.

A: What do you need to buy, Rebecca?
B: I need to buy a pair of pants and a shirt. And you?
A: I need to buy a pair of shoes.

EXERCISE SET 2
Practice the following conversation in Vietnamese.

C: How much is this skirt?
D: Six hundred seventy five thousand *dong*.
C: That's too expensive. Could you mark it down a little?
D: Okay. Five hundred thousand *dong*.
C: That's still expensive. Would four hundred thousand *dong* be okay?
D: Okay.
C: Please wrap it up for me.

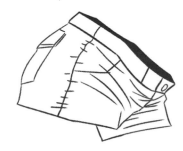

🎧 **DIALOGUE 2** **At a Bookstore**

Jane and Ben are now in a bookstore. Jane wants to buy a dictionary and Ben is looking for a magazine and a city map.

Jane:
Jane cần mua một cuốn tự điển.
Jane kùn moo-a mọht koo-óhn tụh dyẻn.
I need to buy a dictionary.

Ben:
Jane muốn mua tự điển Việt-Anh hay Anh-Việt?
Jane moo-óhn moo-a tụh dyẻn Vyẹt-Aing hah-ee Aing-Vyẹt?
Do you want to buy a Vietnamese-English or English-Vietnamese dictionary?

Jane:
Anh-Việt.
Aing-Vyẹt.
An English-Vietnamese one.

Salesperson:
Cuốn tự điển này rẻ lắm.
Koo-óhn tụh dyẻn nàh-ee rẻ lám.
This one here is very cheap.

Jane:
Bao nhiêu?
Bow nyew?
How much is it?

Salesperson:
Hai trăm tám mươi ngàn đồng thôi.
Hai jam táhm muh-a-ee ngàhn dòhng thoh-ee.
Only two hundred and eighty thousand *dong.*

Jane:
Cho tôi xem?
Chaw toh-ee sem?
Can I look at it?

Salesperson:
Còn anh, anh cần mua gì?
Còn aing, aing kùn moo-a yèe?
And what are you looking for, sir?

Ben:
Tôi muốn mua một tờ tạp chí tiếng Anh.
Toh-ee moo-óhn moo-a mọht tùh tạhp chée tyéng Aing.
I'd like to buy an English-language magazine.

Salesperson:
Dạ, chúng tôi có tờ Time.
Yạh, chóong toh-ee káw tùh Time.
We have *Time* Magazine.

Ben:
Cho tôi mua một tờ. Bao nhiêu vậy?
Chaw toh-ee moo-a mọht tùh. Bow nyew vạy?
Let me have a copy. How much is it?

Salesperson:	**Một trăm sáu mươi ngàn đồng. Anh cần gì nữa không?** *Mọht jam sáh-oo muh-a-ee ngàhn dòhng. Aing kùn yèe nũh-a khohng?* One hundred sixty thousand *dong*. Anything else, sir?	
Ben:	**Ở đây có bán bản đồ không?** *Ủh day káw báhn bảhn dòh khohng?* Do you carry maps here?	
Salesperson:	**Dạ có. Ở đằng kia.** *Yạh káw. Ủh dàng kee-a.* Yes, we do. You can find them over there.	
Ben:	**Cám ơn anh.** *Káhm uhn aing.* Thank you.	
Salesperson:	**Dạ, không có chi.** *Yạh, khohng káw chee.* You're welcome.	

New Vocabulary 2

cuốn	*koo-óhn*	classifier for thick items made of paper
tự điển	*tụh dyển*	dictionary
Việt-Anh	*Vyẹt-Aing*	Vietnamese-English
Anh-Việt	*Aing-Vyẹt*	English-Vietnamese
rẻ	*rẻ*	cheap
lắm	*lám*	very
thôi	*thoh-ee*	only
cho	*chaw*	let
xem	*sem*	look
tờ	*tùh*	classifier for flat objects made of paper
tạp chí	*tạhp chée*	magazine
tiếng Anh	*tyéng Aing*	English language
ở	*ủh*	be at
bán	*báhn*	sell
bản đồ	*bảhn dòh*	map
đằng kia	*dàng kee-a*	over there

Books and Stationery

tiệm sách	*tyẹm sáik*	bookstore
bản đồ	*bảhn dòh*	map
bao thư	*bow thuh*	envelope

báo	*bów*	newspaper
bộ bài	*bọh bài*	pack of cards
bưu thiếp	*buh-oo thyép*	postcard
giấy	*yáy*	paper
sách	*sáik*	book
tạp chí	*tạhp chée*	magazine
tiểu thuyết	*tyểw thwét*	novel
truyện tranh	*trwẹn traing*	comics
viết chì	*vyét chèe*	pencil
viết mực	*vyét mụhk*	pen
vở	*vủh*	notebook

Pattern Practice 1

- Do you want to buy a Vietnamese-English or an English-Vietnamese dictionary?

Chị	muốn	mua	tự điển	Việt-Anh	hay	Anh-Việt?
Chẹe	*moo-óhn*	*moo-a*	*tụh dyẻn*	*Vyẹt-Aing*	*hah-ee*	*Aing-Vyẹt?*
You	want	buy	dictionary	Vietnamese-English	or	English-Vietnamese?

Chị	đọc	truyện	Việt	hay	truyện	Mỹ?
Chẹe	*dạwk*	*jwẹn*	*Vyẹt*	*hah-ee*	*jwẹn*	*Mẽ*
You	read	novels	Vietnamese	or	novels	American?

Chị	học	tiếng	Việt	hay	tiếng	Thái?
Chẹe	*hạwk*	*tyéng*	*Vyẹt*	*hah-ee*	*tyéng*	*Thái?*
You	study	language	Vietnamese	or	language	Thai?

- I'd like to buy an English-Vietnamese dictionary.

Tôi	muốn	mua	tự điển	Anh-Việt.
Toh-ee	*moo-óhn*	*moo-a*	*tụh dyẻn*	*Aing-Vyẹt.*
I	want	buy	dictionary	English-Vietnamese.

Tôi	**muốn**	**đọc**	**truyện**	**Việt.**
Toh-ee	*moo-óhn*	*dạwk*	*jwẹn*	*Vyẹt.*
I	want	read	novels	Vietnamese.

Tôi	**muốn**	**học**	**tiếng**	**Việt.**
Toh-ee	*moo-óhn*	*hạwk*	*tyéng*	*Vyẹt.*
I	want	learn	language	Vietnamese.

Pattern Practice 2

- What do you think of this dictionary, Ben?

Ben	**nghĩ**	**gì**	**về**	**cuốn**	**tự điển**	**này?**
Ben	*ngẽe*	*yèe*	*vèh*	*koo-óhn*	*tụh dyển*	*nàh-ee?*
Ben	think	what	about	classifier	dictionary	this?

- This is very cheap.

Cuốn	**tự điển**	**này**	**rẻ**	**lắm.**
Koo-óhn	*tụh dyển*	*nàh-ee*	*rẻ*	*lám.*
Classifier	dictionary	this	cheap	very.

Cuốn	**tự điển**	**này**	**mắc**	**lắm.**
Koo-óhn	*tụh dyển*	*nàh-ee*	*mák*	*lám.*
Classifier	dictionary	this	expensive	very.

Cuốn	**tự điển**	**này**	**tốt**	**lắm.**
Koo-óhn	*tụh dyển*	*nàh-ee*	*tóht*	*lám.*
Classifier	dictionary	this	good	very.

Pattern Practice 3

- Do you want these books or those books?

Chị	**muốn**	**những**	**cuốn**	**sách**	**này**	**hay**
Chẹe	*moo-óhn*	*nyũhng*	*koo-óhn*	*sáik*	*nàh-ee*	*hah-ee*
You	want	plural	classifier	book	this	or

những	**cuốn**	**sách**	**kia?**
nyũhng	*koo-óhn*	*sáik*	*kee-a?*
plural	classifier	book	that?

- I only want this one.

Tôi	**chỉ**	**muốn**	**cuốn**	**này.**
Toh-ee	*chẻe*	*moo-óhn*	*koo-óhn*	*nàh-ee.*
I	only	want	classifier	this.

GRAMMAR NOTE The Words Hay or Hoặc = "Or"

When two choices are offered in a question, they are linked by the word **hay** (*hah-ee*) "or". However, in statements the word **hoặc** (*hwạk*) "or" will be used instead of **hay**.

GRAMMAR NOTE The Word "Very" in Vietnamese

Rất (*rút*) "very" and **lắm** (*lám*) "very" are synonyms, but **rất** always occurs before the word that it modifies, whereas **lắm** always occurs after that word. Also, **lắm** is more colloquial, and is therefore heard more in everyday conversation.

GRAMMAR NOTE Forming Plurals

To form the plural in Vietnamese, we add **những** (*nyũhng*) "plural" in front of the classifier.

EXERCISE SET 3
Practice the following conversation in Vietnamese.

A: What would you like to buy, sir?
B: I need a dictionary. Is this a good one?
A: It's very good, and it's also very cheap.

EXERCISE SET 4
Practice the following conversation in Vietnamese.

Tom: Do you want to study Vietnamese or Thai?
Kate: I want to study Vietnamese. And you?
Tom: I want to study Thai.

CHAPTER 5
Asking Directions

Jane and Ben are exploring Saigon. Occasionally, they lose their bearings, and have to ask some passersby for help. In this chapter we will practice the language used in asking for directions.

🎧 ┊DIALOGUE 1┊ **Finding the Saigon Central Post Office**

Jane and Ben need to find the Saigon Central Post Office and are getting some help from a passerby.

Ben:	**Xin lỗi anh. Bưu Điện Trung Tâm Sài Gòn ở đâu?**
	Seen lõh-ee aing. Buh-oo Dyẹn Joong Tum Sài Gàwn ủh doh-oo?
	Excuse me. Where's the Saigon Central Post Office?
Passerby:	**Gần Nhà Thờ Đức Bà.**
	Gùn Nyàh Thừh Dúhk Bàh.
	Close to the Notre Dame Basilica.
Jane:	**Có xa đây không?**
	Káw sah day khohng?
	Is it far from here?
Passerby:	**Không xa lắm.**
	Khohng sah lám.
	Not too far.
Ben:	**Chúng tôi phải đi đường nào?**
	Chóong toh-ee fải dee dùh-ang nòw?
	Which street must we take?
Passerby:	**Đi thẳng đường này đến ngã tư.**
	Dee thẳng dùh-ang nàh-ee dáyn ngãh tuh.
	Go straight down this street to the intersection.
Jane:	**Và sau đó?**
	Vàh sah-oo dáw?
	And after that?
Passerby:	**Rồi quẹo trái và đi thêm ba dãy phố.**
	Ròh-ee kwẹ-oo jáh-ee vàh dee thaym bah yãh-ee fóh.
	Then turn left and go three more blocks.
Ben:	**Bưu điện ở bên tay trái hay tay phải của nhà thờ?**
	Buh-oo dyẹn ủh bayn tah-ee jái hah-ee tah-ee fải kỏo-a nyàh thừh?
	Is the post office on the left-hand side or right-hand side of the church?

Passerby:	**Bưu điện ở bên tay phải.**
	Buh-oo dyẹn ủh bayn tah-ee fải.
	The post office is on the right-hand side.
Jane:	**Cám ơn anh rất nhiều.**
	Káhm uhn aing rút nyèw.
	Thanks so much.
Passerby:	**Không có chi.**
	Khohng káw chee.
	No problem.

New Vocabulary 1

xin lỗi	*seen lõh-ee*	excuse me
bưu điện	*buh-oo dyẹn*	post office
Bưu Điện Trung Tâm Sài Gòn	*Buh-oo Dyẹn Joong Tum Sài Gàwn*	Saigon Central Post Office
ở	*ủh*	be in/at
đâu?	*duh-oo?*	where?
gần	*gùn*	close to
Nhà Thờ Đức Bà	*Nyàh Thừh Dúhk Bàh*	Saigon Notre Dame Basilica
xa	*sah*	far from
đây	*day*	here
đi	*dee*	go
đường	*dùh-ang*	street
nào?	*nòw?*	which?
thẳng	*thảng*	straight
đến	*dáyn*	to
ngã tư	*ngãh tuh*	intersection
sau đó	*sah-oo dáw*	after that
rồi	*ròh-ee*	then
quẹo	*kwẹ-oo*	turn
trái	*jáh-ee*	left
thêm	*thaym*	more
dãy phố	*yãh-ee fóh*	city block
bên	*bayn*	side
tay	*tah-ee*	hand (*noun*)
phải	*fải*	right
nhiều	*nyèw*	much/many

Locations

địa chỉ	*dẹe-a chẻe*	address
bưu điện	*buh-oo dyẹn*	post office
chợ	*chụh*	market
chùa	*chòo-a*	pagoda
công viên	*kohng vyen*	park
công ty	*kohng tee*	company
đại học	*dại hạwk*	university
khách sạn	*kháik sạhn*	hotel
ngân hàng	*ngun hàhng*	bank
nhà hàng	*nyàh hàhng*	restaurant
nhà thờ	*nyàh thùh*	church
phi trường	*fee jùh-ang*	airport
quán cà phê	*kwáhn kàh feh*	coffee shop
rạp xi nê	*rạhp see neh*	movie theater
siêu thị	*syew thẹe*	supermarket
thư viện	*thuh vyẹn*	library
tiệm sách	*tyẹm sáik*	bookstore
tiệm thuốc tây	*tyẹm thoo-óhk tay*	pharmacy
trường học	*jùh-ang hạwk*	school

Giving Directions

đi thẳng	*dee thẳng*	go straight
quẹo phải	*kwẹ-oo fải*	turn right
quẹo trái	*kwẹ-oo jái*	turn left
dãy phố	*yãh-ee fóh*	city block
ngã tư	*ngãh tuh*	intersection
bên phải	*bayn fải*	on the right
bên trái	*bayn jái*	on the left
cạnh	*kạing*	next to
đằng kia	*dàng kee-a*	over there
đối diện	*dóh-ee yẹn*	opposite
gần	*gùn*	close to
giữa	*yũh-a*	between
góc đường	*gáwk dùh-ang*	street corner
xa	*sah*	far from
phía	*fée-a*	in the direction of
bắc	*bák*	north
đông	*dohng*	east
nam	*nahm*	south
tây	*tay*	west

Pattern Practice 1

- Where's the post office?

Bưu điện	**ở**	**đâu?**
Buh-oo dyẹn	*ửh*	*doh-oo?*
Post office	is at	where?

Bệnh viện	**ở**	**đâu?**
Bạyng vyẹn	*ửh*	*doh-oo?*
Hospital	is at	where?

Thư viện	**ở**	**đâu?**
Thuh vyẹn	*ửh*	*doh-oo?*
Library	is at	where?

- The post office is near the Notre Dame Basilica.

Bưu điện	**ở**	**gần**	**Nhà Thờ Đức Bà.**
Buh-oo dyẹn	*ửh*	*gùn*	*Nyàh Thừh Dúhk Bàh.*
Post office	is at	near	the Notre Dame Basilica.

Bệnh viện	**ở**	**trên**	**đường Lê Văn Duyệt.**
Bạyng vyẹn	*ửh*	*jayn*	*dùh-ang Leh Van Ywẹt.*
Hospital	is at	on	Le Van Duyet Street.

Thư viện	**ở**	**đối diện**	**Công Viên Tao Đàn.**
Thuh vyẹn	*ửh*	*dóh-ee yẹn*	*Kohng Vyen Tow Dàhn.*
Library	is at	opposite	Tao Dan Park.

GRAMMAR NOTE   **Giving Directions**

The grammar for giving directions in Vietnamese is much the same as it is in English. Speakers usually use the imperative of a verb, followed by a preposition or adverb of the location. A verb is made into an imperative by merely putting it at the very beginning of a sentence. As in English, imperative sentences in Vietnamese do not use a subject. For example, "Go to that intersection over there", is said in Vietnamese, **Đi đến ngã tư đằng kia** (*Dee dáyn ngãh tuh dàng kee-a*).

GRAMMAR NOTE   **Verb Tenses**

From a grammatical perspective, Vietnamese does not really have tenses, since there are no verb conjugations. Instead, the past, the present, and the future are mostly expressed through the use of time expressions, and the optional use of three tense markers placed before the main verb: **đã** (*dãh*) to indicate the past, **đang** (*dahng*) for things that are happening in the present; and **sẽ** (*sẽ*) for future activities or events.

Pattern Practice 2

- Which street must we take?

Chúng tôi	**phải**	**đi**	**đường**	**nào?**
Chóong toh-ee	*fải*	*dee*	*dùh-ang*	*nòw?*
We	must	go	street	which?

Chúng tôi	**nên**	**đi**	**đường**	**nào?**
Chóong toh-ee	*nayn*	*dee*	*dùh-ang*	*nòw?*
We	should	go	street	which?

Chúng tôi	**có thể**	**đi**	**đường**	**nào?**
Chóong toh-ee	*káw thẻh*	*dee*	*dùh-ang*	*nòw?*
We	can	go	street	which?

- Go straight down this street to the intersection.

Đi	**thẳng**	**đường**	**này**	**đến**	**ngã tư.**
Dee	*thẳng*	*dùh-ang*	*nàh-ee*	*dáyn*	*ngãh tuh.*
Go	straight	street	this	to	intersection.

Đi	**đến**	**ngã tư**	**đằng kia,**	**rồi quẹo**	**phải.**
Dee	*dáyn*	*ngãh tuh*	*dàng kee-a,*	*ròh-ee kwẹw*	*fải.*
Go	to	intersection	over there,	then turn	right.

Đi	**thêm**	**hai**	**dãy phố,**	**rồi quẹo**	**trái.**
Dee	*thaym*	*hai*	*yãh-ee fóh,*	*ròh-ee kwẹw*	*jái.*
Go	more	two	city block,	then turn	left.

- The post office is on the right-hand side.

Bưu điện	**ở**	**bên**	**tay**	**phải.**
Buh-oo dyẹn	*ủh*	*bayn*	*tah-ee*	*fải.*
Post office	is at	side	hand	right.

Bưu điện	**ở**	**bên**	**tay**	**trái.**
Buh-oo dyẹn	*ủh*	*bayn*	*tah-ee*	*jáh-ee.*
Post office	is at	side	hand	left.

Bưu điện	**ở**	**gần**	**chợ.**
Buh-oo dyẹn	*ủh*	*gùn*	*chụh.*
Post office	is at	near	market.

EXERCISE SET 1

You are trying to get to a certain place, but you are lost. Ask a passerby for help.

A: Where is the hospital?
B: Go straight down this street. Turn right at the intersection. Then go two blocks. The hospital is on the left-hand side.

C: Where is the park?
D: Go one block. Turn left. Go one more block. Turn right. Then go two more blocks. The park is on the right-hand side.

E: Where is the hospital?
F: Go two more blocks. The hospital is next to a bookstore.

G: Where is the university?
H: Turn right. Then go three blocks. The university is close to a restaurant.

I: Where is the park?
J: It is very far from the hotel. You should take a taxi.

K: Where is the coffee shop?
L: It is at the street corner over there.

 DIALOGUE 2   **Finding Landmarks**

Jane and Ben are driving in Saigon. They are looking for the Vinh Nghiem Pagoda, but have become lost, so they have stopped the car and hailed a passerby.

Jane: **Chị ơi. Giúp chúng tôi với. Chúng tôi bị lạc đường.**
Chẹe uh-ee. Yóop chóong toh-ee vúh-ee. Chóong toh-ee bẹe lạhk dùh-ang.
Hello. Can you help us? We're lost.

Passerby: **Anh chị muốn đi đâu?**
Aing chẹe moo-óhn dee doh-oo?
Where do you want to go?

Jane: **Chúng tôi đang đi tìm chùa Vĩnh Nghiêm.**
Chóong toh-ee dahng dee tèem chòo-a Vẽeng Ngyem.
We are trying to find Vinh Nghiem Pagoda.

Passerby: **Xa đây lắm. Anh chị có biết đường đến phi trường không?**
Sah day lám. Aing chẹe káw byét dùh-ang dáyn fee jùh-ang khohng?
It's very far from here. Do you know how to get to the airport?

Ben: **Biết. Tôi cần quẹo trái ở đằng kia, phải không?**
Byét. Toh-ee kùn kwẹo jái ửh dàng kee-a, fải khohng?
I do. I'll have to turn left over there, is that right?

Passerby: **Phải. Rồi anh lái xe tiếp khoảng mười lăm phút thì sẽ thấy ngôi chùa.**
Fải. Ròh-ee aing lái se tyép khwảng mùh-a-ee lam fóot thèe sẽ tháy ngoh-ee chòo-a.
Right. Keep driving about fifteen minutes, then you will see the pagoda.

Jane: **Cám ơn chị.**
Káhm uhn chee.
Thank you.

Passerby: **Không có chi.**
Khohng káw chee.
You're welcome.

New Vocabulary 2

ơi	*uh-ee*	used to call someone's attention
giúp ... với	*yóop ... vúh-ee*	help ... with
bị	*bẹe*	suffer from
lạc đường	*lạhk dùh-ang*	lose one's way
đang	*dahng*	progressive tense marker
tìm	*tèem*	look for
lái	*lái*	drive
xe	*se*	vehicle
tiếp	*tyép*	continue
sẽ	*sẽ*	future tense marker
ngôi	*ngoh-ee*	classifier for buildings like pagodas and houses

Means of Transport

xe	*se*	vehicle
xe buýt	*se bwéet*	bus
xe đạp	*se dạhp*	bike
xe gắn máy	*se gán máh-ee*	moped
xe hơi	*se huh-ee*	car
xe mô tô	*se moh toh*	motorcycle
xe ôm	*se ohm*	motor-taxi
xe tắc xi	*se ták see*	taxi
xe xích lô	*se séek loh*	cyclo (a three-wheeled bicycle taxi or pedicab)

Pattern Practice 1

- We are lost.

Chúng tôi	**bị**	**lạc đường.**
Chóong toh-ee	*bẹe*	*lạhk dùh-ang.*
We	suffer from	lose way.

Chúng tôi	**bị**	**lầm đường.**
Chóong toh-ee	*bẹe*	*lùm dùh-ang.*
We	suffer from	wrong way.

- Where do you want to go?

Anh chị	**muốn**	**đi**	**đâu?**
Aing chẹe	*moo-óhn*	*dee*	*doh-oo?*
You	want	go	where?

- We want to go to Vinh Nghiem Pagoda.

Chúng tôi	**muốn**	**đi**	**đến**	**chùa Vĩnh Nghiêm.**
Chóong toh-ee	*moo-óhn*	*dee*	*dáyn*	*chòo-a Vẽeng Ngyem.*
We	want	go	to	Vinh Nghiem Pagoda.

Chúng tôi	**cần**	**đi**	**đến**	**chùa Vĩnh Nghiêm.**
Chóong toh-ee	*kùn*	*dee*	*dáyn*	*chòo-a Vẽeng Ngyem.*
We	need	go	to	Vinh Nghiem Pagoda.

GRAMMAR NOTE   The Word Bị = "Suffer From"

Bị (*bẹe*), "suffer from", indicates that something negative has happened to you, such as an unpleasant incident or experience, and at the same time conveys a sense of passivity to the listener/reader. Some common situations in which native speakers will use **bị** include sickness, accidents, getting stuck in traffic, and getting lost. In addition, it can be used as a passive voice marker for unpleasant experiences.

Examples:

Tôi bị bệnh.	*Toh-ee bẹe bạyng.*	I am sick.
Tôi bị đụng xe.	*Toh-ee bẹe dọong se.*	I had a car accident.
Tôi bị kẹt xe.	*Toh-ee bẹe kẹt se.*	I got stuck in traffic.
Tôi bị lạc đường.	*Toh-ee bẹe lạhk dùh-ang.*	I am lost.
Anh ấy bị cướp.	*Aing áy bẹe kúhp.*	He got robbed.
Nhà của họ bị trộm.	*Nyàh kỏo-a hạw bẹe jọhm.*	Their house was burglarized.

GRAMMAR NOTE "We" in Vietnamese

In Vietnamese, there are two words for "we". The first is **chúng tôi** (*chóong toh-ee*), the exclusive "we", which excludes the listener. The second is **chúng ta** (*chóong tah*), the inclusive "we", which includes the listener. Thus, when telling a passerby that they are lost, Jane and Ben refer to themselves as **chúng tôi**, but when stating this fact to each other they use **chúng ta**.

GRAMMAR NOTE Auxiliary Verbs

Similar to English, Vietnamese has a set of auxiliary verbs that serve as modals. These include, **phải** (*fải*) "must", **nên** (*nayn*) "should", and **có thể** (*káw thẻh*) "can". As in English, they come before the main verb in a sentence.

Pattern Practice 2

- What are you trying to find?

Anh chị	**đang**		**đi tìm**	**gì?**
Aing chẹe	*dahng*		*dee tèem*	*yèe?*
You	progressive tense marker		go look for	what?

Anh chị	**sẽ**		**đi**	**đâu?**
Aing chẹe	*sẽ*		*dee*	*doh-oo?*
You	future tense marker		go	where?

Anh chị	**đã**		**đi thăm**	**thành phố nào?**
Aing chẹe	*dãh*		*dee tham*	*thàing fóh nòw?*
You	past tense marker		go visit	city which?

- We are trying to find Vĩnh Nghiêm Pagoda.

Chúng tôi	**đang**		**đi tìm**	**chùa Vĩnh Nghiêm.**
Chóong toh-ee	*dahng*		*dee tèem*	*chòo-a Vẽeng Ngyem.*
We	progressive tense marker		go find	Pagoda Vinh Nghiem.

Chúng tôi	**sẽ**		**đi**	**Huế.**
Chóong toh-ee	*sẽ*		*dee*	*Hwéh.*
We	future tense marker		go	Hue.

Chúng tôi	**đã**		**đi thăm**	**thành phố Đà Lạt.**
Chóong toh-ee	*dãh*		*dee tham*	*thàing fóh Dàh Lạht.*
We	past tense marker		go visit	city Dalat.

EXERCISE SET 2

Practice the following conversations.

A: Hello. Can you help me? I'm lost.
B: Where do you want to go?
A: I want to go to the park.

C: What are you looking for?
D: I'm looking for the Ngon Restaurant.

E: Where will you be going?
F: We will be going to Nha Trang.

G: Which city did you visit?
H: We visited the city of Da Nang.

CHAPTER 6
Visiting a Vietnamese Home

One Saturday, Hoa invites Jane and Ben to her home and have dinner with her family. In this chapter we will practice the language used in everyday conversation to express hospitality.

🎧 **┆DIALOGUE 1┆ Dinner at a Vietnamese Home**

Jane and Ben have been invited to have dinner with Hoa and her parents. They are now talking with Hoa, who has just opened the front door of her house to invite them in.

Hoa:	**Chào Jane và Ben. Mời hai bạn vào.** *Chòw Jane vàh Ben. Mùh-ee hai bạhn vòw.* Hi Jane! Hi Ben! Please come in.
Ben:	**Chào Hoa. Chúng tôi đem chút trái cây.** *Chòw Hwah. Chóong toh-ee dem chóot jái kay.* Hi Hoa. We brought some fruit.
Hoa:	**Cám ơn hai bạn.** *Káhm ohn hai bạhn.* Thank you.
Jane:	**Nhà của Hoa đẹp quá!** *Nyàh kỏo-a Hwah dẹp kwáh!* Your house is so beautiful!
Hoa:	**Cám ơn Jane. Đây là ba má của Hoa.** *Káhm uhn Jane. Day làh bah máh kỏo-a Hwah.* Thanks, Jane. Here are my mom and dad.
Jane & Ben:	**Chào hai bác. Chúng cháu rất hân hạnh được gặp hai bác.** *Chòw hai báhk. Chóong cháh-oo rút hun hạing dụh-ak gạp hai báhk.* Hi. We are honored to meet you.
Hoa:	**Thưa ba má, đây là hai bạn của con, Jane và Ben.** *Thuh-a bah máh, day làh hai bạhn kỏo-a kawn, Jane vàh Ben.* Mom and Dad, here are my two friends, Jane and Ben.
Hoa's Mom:	**Chào hai cháu. Hai bác cũng rất vui được biết hai cháu.** *Chòw hai cháh-oo. Hai báhk kõong rút voo-ee dụh-ak byét hai cháh-oo.* Hi! We are very happy to meet you too.

Hoa's Dad:	**Hai cháu ngồi đây.** *Hai cháh-oo ngòh-ee day.* Have a seat.
Jane & Ben:	**Dạ, cám ơn bác.** *Yạh, káhm uhn báhk.* Thank you.
Hoa's Mom:	**Hai cháu uống một tách trà nghe?** *Hai cháh-oo oo-óhng mọht táik jàh nge?* Would you like a cup of tea?
Jane:	**Dạ vâng. Cháu rất thích uống trà.** *Yạh vung. Cháh-oo rút théek oo-óhng jàh.* Yes, please. I really like to drink tea.
Ben:	**Nếu được, cháu xin uống một ly nước đá. Cháu khát quá.** *Néh-oo dụh-ak, cháh-oo seen oo-óhng mọht lee núh-ak dáh.* *Cháh-oo kháht kwáh.* If possible, I'd like a glass of iced water. I'm so thirsty.
Hoa's Mom:	**Trà của Jane đây. Hoa sẽ đi lấy nước đá cho Ben.** *Jàh kỏo-a Jane day. Hwah sẽ dee láy núh-ak dáh chaw Ben.* Here's your tea, Jane. Hoa will fetch some iced water for you, Ben.
Hoa's Dad:	**Hai cháu tìm nhà có dễ không?** *Hai cháh-oo tèem nhàh káw yẽh khohng?* Was it easy for you to find our house?
Jane:	**Dạ, không dễ lắm. Phải mất mười phút chúng cháu mới tìm thấy.** *Yạh, khohng yẽh lám. Fải mút mùh-a-ee fóot chóong cháh-oo múh-ee tèem tháy.* Not very easy. It took us ten minutes to find it.

New Vocabulary 1

mời	*mùh-ee*	invite
vào	*vòw*	enter
chút	*chóot*	some
trái cây	*jái kay*	fruit
đẹp	*dẹp*	beautiful
ba	*bah*	dad
má	*máh*	mom
hân hạnh	*hun hạing*	honored
cũng	*kõong*	also
ngồi	*ngòh-ee*	sit
nếu được	*néh-oo dụh-ak*	if possible
dễ	*yẽh*	easy
mất	*mút*	take (time)

Pattern Practice 1

- Would you like a cup of tea?

Cháu	**uống**	**một tách trà**	**nghe?**
Cháh-oo	*oo-óhng*	*mọht táik jàh*	*nge?*
You	drink	a cup tea	okay?

Cháu	**xem**	**ti vi**	**nghe?**
Cháh-oo	*sem*	*tee vee*	*nge?*
You	watch	television	okay?

Cháu	**đọc**	**tờ báo này**	**nghe?**
Cháh-oo	*dạwk*	*tùh bów nàh-ee*	*nge?*
You	read	newspaper this	okay?

- If possible, I'd like a glass of iced water.

Nếu được,	**cháu**	**xin**	**uống một ly nước đá.**
Néh-oo dụh-ak,	*cháh-oo*	*seen*	*oo-óhng mọht lee núh-ak dáh.*
If possible,	I	ask	drink a glass of iced water.

Nếu được,	**cháu**	**xin**	**nghe nhạc Việt.**
Néh-oo dụh-ak,	*cháh-oo*	*seen*	*nge nyạhk Vyẹt.*
If possible,	I	ask	listen music Vietnamese.

Nếu được,	**cháu**	**xin**	**đọc cuốn sách kia.**
Néh-oo dụh-ak,	*cháh-oo*	*seen*	*dạwk koo-óhn sáik kee-a.*
If possible,	I	ask	read book that.

Pattern Practice 2

- Was it easy for you to find our house?

Hai cháu	tìm	nhà	có	dễ	không?
Hai cháh-oo	*tèem*	*nhàh*	*káw*	*yẽh*	*khohng?*
Two niece/nephew	find	house	yes	easy	no?

Hai cháu	hiểu	tiếng Việt	có	khó	không?
Hai cháh-oo	*hyẽw*	*tyéng Vyẹt*	*káw*	*kháw*	*khohng?*
Two niece/nephew	understand	Vietnamese	yes	difficult	no?

Hai cháu	đọc	sách Việt	có	khó	không?
Hai cháh-oo	*dạwk*	*sáik Vyẹt*	*káw*	*kháw*	*khohng?*
Two niece/nephew	read	book Vietnamese	yes	difficult	no?

- Not very easy. It took us ten minutes to find it.

Không dễ lắm.	Phải mất	mười phút	chúng cháu	mới	tìm thấy.
Khohng yẽh lám.	*Fải mút*	*mùh-a-ee fóot*	*chóong cháh-oo*	*múh-ee*	*tèem tháy*
Not easy very.	Must take	ten	minutes	we then	find.

Khó lắm.	Phải mất	nhiều tháng	mới	hiểu rõ.
Kháw lám	*Fải mút*	*nyèw tháhng*	*múh-ee*	*hyẽw rãw.*
Difficult very.	Must take	three year	we then	understand clearly.

Khó lắm.	Phải mất	nhiều năm	mới	đọc được.
Kháw lám	*Fải mút*	*nyèw nam*	*múh-ee*	*dạwk dụ-ak.*
Difficult very	Must take	many year	we then	read able.

EXERCISE SET 1

Practice the following conversations.

A: Would you care for some beer?
B: I don't drink beer. If possible, I'd like a cup of coffee.

C: Would you like to take a walk?
D: If possible, I'd like to watch television.

EXERCISE SET 2

Practice the following conversations.

E: Was it easy for you to understand Vietnamese?
F: No. It was very difficult. It took me a couple of years to understand fully.

G: Was it difficult for you to watch Vietnamese television?
H: Yes, it was very difficult. It took me many months to understand it.

🎧 ┊DIALOGUE 2┊ **Conversing in Vietnamese**

They are now having dinner and Hoa's parents are engaging Jane and Ben in conversation.

Hoa's Mom:	**Cháu Jane được bao nhiêu tuổi?**
	Cháh-oo Jane dụh-ak bow nyew tỏ-a-ee?
	How old are you, Jane?
Jane:	**Dạ, cháu được hai mươi bảy tuổi.**
	Yạh, cháh-oo dụh-ak hai muh-a-ee bảh-ee tỏ-a-ee.
	I'm twenty-seven.
Hoa's Mom:	**Còn cháu Ben?**
	Kàwn cháh-oo Ben?
	And you, Ben?
Ben:	**Dạ, cháu được hai mươi mốt tuổi.**
	Yạh, cháh-oo dụh-ak hai muh-a-ee móht tỏ-a-ee.
	I'm twenty-one.
Hoa's Dad:	**Hai cháu có gia đình chưa?**
	Hai cháh-oo káw yah dèeng chuh-a?
	Are you married?
Jane:	**Dạ chưa. Cháu còn độc thân.**
	Yạh chuh-a. Cháh-oo kàwn dọhk thun.
	No, I'm still single.
Ben:	**Dạ, cháu cũng vậy.**
	Yạh, cháh-oo kõong vạy.
	So am I.
Hoa's Mom:	**Hai cháu ở Việt Nam được bao lâu rồi?**
	Hai cháh-oo ủh Vyẹt Nahm dụh-ak bow loh-oo rồh-ee?
	How long have you been in Vietnam?
Jane:	**Dạ, cháu ở đây được hơn một năm rồi.**
	Yạh, cháh-oo ủh day dụh-ak huhn mọht nam rồh-ee.
	I've been here over a year already.
Ben:	**Cháu mới đến Việt Nam hồi tháng tư.**
	Cháh-oo múh-ee dáyn Vyẹt Nahm hòh-ee tháhng tuh.
	I just came here last April.
Hoa:	**Bây giờ mời hai bạn ăn xoài và uống trà.**
	Bay yùh mùh-ee hai bạhn an swài vàh oo-óhng jàh.
	Now please have some mangoes and drink some tea.

Ben:	**Các món ăn ngon quá! Cám ơn Hoa.**
	Káhk máwn an ngawn kwáh! Káhm uhn Hwah.
	All the dishes were so delicious! Thank you, Hoa.
Hoa:	**Không có chi.**
	Khohng káw chee.
	You're welcome.

New Vocabulary 2

được	*dụh-ak*	have/for
tuổi	*tỏo-a-ee*	age
gia đình	*yah dèeng*	family
có gia đình	*káw yah dèeng*	be married
chưa?	*chuh-a?*	yet?
chưa	*chuh-a*	not yet
còn	*kàwn*	still
độc thân	*dọhk thun*	single
cũng vậy	*kõong vạy*	so, too
bao lâu?	*bow loh-oo?*	how long?
rồi	*ròh-ee*	already
năm	*nam*	year
mới	*múh-ee*	just
hồi	*hòh-ee*	past tense marker
tháng	*tháhng*	month
các	*káhk*	plural marker
xoài	*swài*	mango
ngày	*ngàh-ee*	day
tuần	*twùn*	week

Days of the Week

Thứ hai	*Thúh hai*	Monday
Thứ ba	*Thúh bah*	Tuesday
Thứ tư	*Thúh tuh*	Wednesday
Thứ năm	*Thúh nam*	Thursday
Thứ sáu	*Thúh sáh-oo*	Friday
Thứ bảy	*Thúh bảh-ee*	Saturday
Chủ nhật	*Chỏo nyụt*	Sunday

Months of the Year

Tháng một	*Tháhng mọht*	January
Tháng hai	*Tháhng hai*	February
Tháng ba	*Tháhng bah*	March
Tháng tư	*Tháhng tuh*	April
Tháng năm	*Tháhng nam*	May
Tháng sáu	*Tháhng sáh-oo*	June
Tháng bảy	*Tháhng bảh-ee*	July
Tháng tám	*Tháhng táhm*	August
Tháng chín	*Tháhng chéen*	September
Tháng mười	*Tháhng mùh-a-ee*	October
Tháng mười một	*Tháhng mùh-a-ee mọht*	November
Tháng mười hai	*Tháhng mùh-a-ee hai*	December

Time Expressions

hôm nay	*hohm nah-ee*	today
hôm qua	*hohm kwah*	yesterday
ngày mai	*ngàh-ee mai*	tomorrow
tuần này	*twùn nàh-ee*	this week
tuần sau	*twùn sah-oo*	next week
tuần trước	*twùn júh-ak*	last week
tháng này	*tháhng nàh-ee*	this month
tháng sau	*tháhng sah-oo*	next month
tháng trước	*tháhng júh-ak*	last month
năm nay	*nam nah-ee*	this year
năm ngoái	*nam ngwái*	last year
năm tới	*nam túh-ee*	next year

Pattern Practice 1

- How old are you, Jane?

Cháu Jane	**được**	**bao nhiêu**	**tuổi?**
Cháh-oo Jane	*dụh-ak*	*bow nyew*	*tỏo-a-ee?*
Niece Jane	has	how much	age?

Anh ấy	**được**	**bao nhiêu**	**tuổi?**
Aing áy	*dụh-ak*	*bow nyew*	*tỏo-a-ee?*
He	has	how much	age?

Chị ấy	**được**	**bao nhiêu**	**tuổi?**
Chẹe áy	*dụh-ak*	*bow nyew*	*tỏo-a-ee?*
She	has	how much	age?

- I'm twenty-seven.

Dạ,	**cháu**	**được**	**hai mươi bảy**	**tuổi.**
Yạh,	*cháh-oo*	*dụh-ak*	*hai muh-a-ee bảh-ee*	*tỏo-a-ee.*
Politeness marker,	niece/nephew	has	twenty-seven	age.

Dạ,	**Anh ấy**	**được**	**hai mươi lăm**	**tuổi.**
Yạh,	*Aing áy*	*dụh-ak*	*hai muh-a-ee lam*	*tỏo-a-ee.*
Politeness marker,	He	has	twenty-five	age.

Dạ,	**Chị ấy**	**được**	**hai mươi chín**	**tuổi.**
Yạh,	*Chẹe áy*	*dụh-ak*	*hai muh-a-ee chéen*	*tỏo-a-ee.*
Politeness marker,	She	has	twenty-nine	age.

Pattern Practice 2

- Are you married?

Hai cháu	**có**	**gia đình**	**chưa?**
Hai cháh-oo	*káw*	*yah dèeng*	*chuh-a?*
Two niece/nephew	has	family	yet?

Chị ấy	**có**	**gia đình**	**chưa?**
Chẹe áy	*káw*	*yah dèeng*	*chuh-a?*
She	has	family	yet?

Anh ấy	**có**	**gia đình**	**chưa?**
Aing áy	*káw*	*yah dèeng*	*chuh-a?*
He	has	family	yet?

- No, I'm still single.

Dạ	chưa.	Cháu	còn	độc thân.
Yạh	*chuh-a.*	*Cháh-oo*	*kàwn*	*dọhk thun.*
Politeness marker	not yet.	Niece/Nephew	still	single.

- Yes, I'm already married.

Dạ	rồi.	Cháu	có	gia đình	rồi.
Yạh	*ròh-ee.*	*Cháh-oo*	*káw*	*yah dèeng*	*ròh-ee.*
Politeness marker	already.	Niece/Nephew	has	married	already.

Pattern Practice 3

- How long have you been in Vietnam?

Hai cháu	ở Việt Nam	được bao lâu rồi?
Hai cháh-oo	*ủh Vyẹt Nahm*	*dụh-ak bow loh-oo ròh-ee?*
Two niece/nephew	are in Vietnam	for how long already?

Hai cháu	học tiếng Việt	được bao lâu rồi?
Hai cháh-oo	*hạwk týéng Vyẹt*	*dụh-ak bow loh-oo ròh-ee?*
Two niece/nephew	study language Vietnamese	for how long already?

Hai cháu	biết nhau	được bao lâu rồi?
Hai cháh-oo	*byét nyah-oo*	*dụh-ak bow loh-oo ròh-ee?*
Two niece/nephew	know each other	for how long already?

- I've been here over a year already.

Dạ,	cháu	ở đây	được hơn một năm rồi.
Yạh, ròh-ee.	*cháh-oo*	*ủh day*	*dụh-ak huhn mọht nam*
Politeness marker,	niece/ nephew	is here	for over a year already.

Dạ,	cháu	học tiếng Việt	được hơn một năm rồi.
Yạh,	*cháh-oo*	*hạwk týéng Vyẹt*	*dụh-ak huhn mọht nam ròh-ee.*
Politeness marker,	niece/ nephew	study Vietnamese	for over a year already.

Dạ,	cháu	biết nhau	được hơn một năm rồi.
Yạh,	*cháh-oo*	*byét nyah-oo*	*dụh-ak huhn mọht nam ròh-ee.*
Politeness marker,	niece/ nephew	know each other	for over a year already.

▪ I just came here last April.

Cháu	mới	đến Việt Nam	hồi	tháng tư.
Cháh-oo	*múh-ee*	*dáyn Vyẹt Nahm*	*hòh-ee*	*tháhng tuh.*
Niece/Nephew	just	come Vietnam	past tense marker	April.

Cháu	mới	đến Việt Nam	hồi	tuần trước.
Cháh-oo	*múh-ee*	*dáyn Vyẹt Nahm*	*hòh-ee*	*twùn júh-ak.*
Niece/Nephew	just	come Vietnam	past tense marker	week before.

Cháu	mới	đến Việt Nam	hồi	hôm qua.
Cháh-oo	*múh-ee*	*dáyn Vyẹt Nahm*	*hòh-ee*	*hohm kwah.*
Niece/Nephew	just	come Vietnam	past tense marker	yesterday.

CULTURAL NOTE   **Asking about Age**

For people in their mid-teens and above, you should use the question **bao nhiêu tuổi** (*bow nyew tỏo-a-ee*) to inquire about their ages. This is considered more polite than **mấy tuổi** (*máy tỏo-a-ee*) , which is used mostly with children. When in doubt, use **bao nhiêu tuổi**, as it is always safer to risk sounding too formal than too informal or rude.

CULTURAL NOTE   **Matchmaking**

Matchmaking is a very common practice in Vietnamese culture. People will ask you your age and marital status, and if they find out that you are still single, very soon they will try to be your matchmakers. If you feel embarrassed by questions about your marital status, just tell them you are already married.

GRAMMAR NOTE   **The Word Chưa = "Yet"**

When **chưa** (*chuh-a*) "yet" occurs at the end of a sentence, it becomes a question word, changing the sentence from a statement to a question. When **chưa** occurs before a verb in a sentence, it turns the sentence into a negative statement, and means "not yet". **Chưa** can also be used alone as a short response to mean "not yet".

GRAMMAR NOTE   The Phrase Bao Lâu Rồi = "How Long Have You Been...?"

When **rồi** (*ròh-ee*) "already" accompanies **bao lâu** (*bow loh-oo*) "how long", it gives the question a meaning that is the same as the present perfect tense or present perfect continuous in English (for example, "How long have you been…?" and "How long have you done …?"). On the other hand, if **bao lâu** is used without **rồi**, the question now will have a meaning that is the same as the simple past tense or future tense in English, depending on the context.

EXERCISE SET 3

Practice the following conversations.

Huy:	How old are you?
Brandon:	I'm twenty-two. And you?
Huy:	I'm twenty-three.

Brandon:	How old is Hoa?
Jane:	She is twenty-seven.
Brandon:	Is she married?
Jane:	No, she's still single.

Carl:	How long have you been in Vietnam?
Jane:	I've been here six months already. I got here last August. How about you?
Carl:	I just came here last month.

CHAPTER 7
Daily Activities

One day, Jane and Ben are invited by a local television station to be interviewed about their daily routines and weekend activities. Television audiences love hearing foreigners speak in Vietnamese and talk about their daily life in Vietnam.

In this chapter we will practice the language used for our daily routines and weekend activities.

 DIALOGUE 1 **Talking about Your Daily Routine**

Jane and Ben are now sitting down with the television reporter in front of a TV camera and a live audience. The reporter introduces them and then interviews them about their daily life.

Reporter:	**Xin kính chào quý vị. Khách của chương trình tối nay là hai người bạn Mỹ, chị Jane và anh Ben.** *Seen kéeng chòw kwée vẹe. Kháik kỏo-a chuh-ang jèeng tóh-ee nah-ee lài hai ngùh-a-ee bạhn Mẽe, chẹe Jane vàh aing Ben.* Greetings everyone! Our guests for tonight's show are two American friends, Jane and Ben.
Jane & Ben:	**Xin kính chào quý vị.** *Seen kéeng chòw kwée vẹe.* Greetings everyone!
Reporter:	**Bây giờ tôi xin được phỏng vấn anh Ben trước.** *Bay yùh toh-ee seen dụh-ak fảwng vún aing Ben júh-ak.* Now I'd like to interview Ben first.
Ben:	**Tôi sẵn sàng rồi.** *Toh-ee sãn sàhng ròh-ee.* I'm ready.
Reporter:	**Trong tuần anh Ben thường làm gì?** *Jawng twùn aing Ben thùh-ang làhm yèe?* What do you usually do during the week, Ben?
Ben:	**Buổi sáng tôi đi học.** *Bỏo-a-ee sáhng toh-ee dee hạwk.* In the morning I go to school.
Reporter:	**Còn buổi chiều?** *Kàwn bỏo-a-ee chyèw?* And in the afternoon?

Ben: **Buổi chiều tôi đi tập thể dục.**
           Bỏo-a-ee chyèw toh-ee dee tụp thẻh yọok.
           In the afternoon I go to the gym.

Reporter: **Và buổi tối?**
           Vàh bỏo-a-ee tóh-ee?
           And at night?

Ben: **Tôi đi dạy Anh văn.**
           Toh-ee dee yạh-ee Aing van.
           I go teach English.

Reporter: **Cuối tuần anh Ben thường làm gì?**
           Kóo-a-ee twùn aing Ben thùh-ang làhm yèe?
           What do you usually do on weekends?

Ben: **Tôi thường ở nhà đọc sách và nghe nhạc.**
           Toh-ee thùh-ang ủh nyàh dạwk sáik vàh nge nyạhk.
           I usually read a book and listen to music at home.

Reporter: **Vậy thôi sao?**
           Vụh-ee thoh-ee sow?
           Is that all?

Ben: **Tôi cũng phải đi chợ và giặt quần áo.**
           Toh-ee kõong fảh-ee dee chụh và yạt kwùn ów.
           I also have to go grocery shopping and do the laundry.

Reporter: **Anh Ben có thường đi đến vũ trường không?**
           Aing Ben káw thùh-ang dee dáyn võo jùh-ang khohng?
           Do you often go to a dance hall?

Ben: **Có. Tôi thỉnh thoảng đi nhảy đầm.**
           Káw. Toh-ee thẻeng thwẳhng dee nyảh-ee dùm.
           Yes. I sometimes go dancing.

Reporter: **Một cuộc sống rất thú vị, phải không quý vị?**
           Mọht koo-ọhk sóhng rút thóo vẹ, fải khohng kwée vẹe?
           Quite an interesting life, isn't that right, everyone?

New Vocabulary 1

kính chào	*kéeng chòw*	greetings
quý vị	*kwée vẹe*	everyone
khách	*kháik*	guest(s)
chương trình	*chuh-ang jèeng*	program
phỏng vấn	*fảwng vún*	interview (verb)
trước	*júh-ak*	first
sẵn sàng	*sãn sàhng*	ready

trong	*jawng*	in, during
tuần	*twùn*	week
thường	*thùh-ang*	usually
làm	*làhm*	do
buổi	*bỏo-a-ee*	one of the four parts of each day[1]
sáng	*sáhng*	morning
đi	*dee*	go
học	*hạwk*	study
chiều	*chyèw*	late afternoon
tập thể dục	*tụp thẻh yọok*	exercise, work out
tối	*tóh-ee*	night
dạy	*yạh-ee*	teach
Anh văn	*Aing van*	English
cuối tuần	*kóo-a-ee twùn*	weekend
ở nhà	*ủh nyàh*	stay home
đọc	*dạwk*	read
sách	*sáik*	book
nghe	*nge*	listen
nhạc	*nyạhk*	music
Vậy thôi sao?	*Vụh-ee thoh-ee sow?*	Is that all?
phải	*fảh-ee*	have to
chợ	*chụh*	market
giặt	*yạt*	wash
quần áo	*kwùn ów*	clothes
vũ trường	*võo jùh-ang*	dance hall
thỉnh thoảng	*thẻeng thwảhng*	sometimes
nhảy đầm	*nyảh-ee dùm*	dance
cuộc sống	*koo-ọhk sóhng*	life
thú vị	*thóo vẹe*	interesting, enjoyable
ăn sáng	*an sáhng*	eat breakfast
ăn trưa	*an juh-a*	eat lunch
ăn tối	*an tóh-ee*	eat dinner
chạy bộ	*chạh-ee bọh*	jog
coi ti vi	*koy tee vee*	watch television
dậy sớm	*yạy súhm*	get up early
dậy trễ	*yạy jẽh*	get up late
đạp xe đạp	*dạhp se dạhp*	ride a bike

---

1   In Vietnamese, the day is divided into four parts, namely, morning, noon, afternoon/evening, and night. For example, "in the morning," is "**vào <u>buổi</u> sáng**."

đi ăn kem	*dee an kem*	go to an ice-cream parlor
đi ăn nhà hàng	*dee an nyàh hàhng*	eat in a restaurant
đi bơi	*dee buh-ee*	go for a swim
đi chơi	*dee chuh-ee*	go out (to have fun)
đi dạo	*dee dọw*	take a walk
đi làm	*dee làhm*	go to work
đi ngủ	*dee ngỏo*	go to bed
đi ra	*dee rah*	go out, leave
đi tắm	*dee tám*	take a shower
đi uống cà phê	*dee oo-óhng kàh feh*	go to a coffee shop
đi vào	*dee vòw*	go in, enter
đi về	*dee vèh*	go home
đi xem xi nê	*dee sem see neh*	go to the movies
đọc báo	*dạwk bów*	read a newspaper
lái xe	*láh-ee se*	drive *(verb)*
nấu ăn	*nóh-oo an*	cook *(verb)*
ngủ	*ngỏo*	sleep
thức khuya	*thúhk khwee-a*	stay up late
ít khi	*éet khee*	seldom
không bao giờ	*khohng bow yùh*	never
luôn luôn	*loo-ohn loo-ohn*	always

Pattern Practice 1

- What do you usually do during the week?

Trong tuần	**anh**	**thường**	**làm**	**gì?**
Jawng twùn	*aing*	*thùh-ang*	*làhm*	*yèe?*
During week	you	usually	do	what?

Cuối tuần	**anh**	**thường**	**làm**	**gì?**
Kóo-a-ee twùn	*aing*	*thùh-ang*	*làhm*	*yèe?*
End week	you	usually	do	what?

Đầu tuần	**anh**	**thường**	**làm**	**gì?**
Dòh-oo twùn	*aing*	*thùh-ang*	*làhm*	*yèe?*
Beginning week	you	usually	do	what?

- In the morning I go to school.

Buổi sáng	**tôi**	**đi học.**
Bỏo-a-ee sáhng	*toh-ee*	*dee hạwk.*
Part morning	I	go to study.

Buổi trưa   **tôi**   **đi chợ.**
Bỏo-a-ee juh-a   *toh-ee*   *dee chụh.*
Part noon   I   go to the market.

Buổi trưa   **tôi**   **đọc sách.**
Bỏo-a-ee juh-a   *toh-ee*   *dạwk sáik.*
Part noon   I   read a book.

- On weekends I usually jog around the lake.

Cuối tuần   **tôi**   **thường**   **chạy bộ**   **quanh hồ.**
Kóo-a-ee twùn   *toh-ee*   *thùh-ang*   *chạh-ee bọh*   *kwaing hòh.*
End week   I   usually   jog   around the lake.

Cuối tuần   **tôi**   **thỉnh thoảng**   **đi xem**   **xi nê.**
Kóo-a-ee twùn   *toh-ee*   *thẻeng thwảhng*   *dee sem*   *see neh.*
End week   I   sometimes   go watch   a movie.

Cuối tuần   **tôi**   **luôn luôn**   **đi ăn**   **với bạn.**
Kóo-a-ee twùn   *toh-ee*   *loo-ohn loo-ohn*   *dee an*   *vúh-ee bạhn*
End week   I   always   go eat   with friends.

GRAMMAR NOTE **Time Expressions**

In Vietnamese, time expressions can be placed at the beginning or at the end of a sentence. However, they sound a little more informal when used at the beginning of a sentence.

EXERCISE SET 1
Practice the following conversation.

Reporter: What do you usually do during the week?
You: I go to work in the morning. I go home at 5 pm. Sometimes I go out with friends at night.
Reporter: And on weekends?
You: I often get up late and stay up late. Occasionally I ride my bike around the lake.

EXERCISE SET 2
Practice the following conversation.

Reporter: Do you like watching television?
You: I seldom watch television. I like reading books and listening to music.
Reporter: Do you sometimes go swimming on weekends?
You: Never. I can't swim. But I want to learn how to swim.

🎧 **DIALOGUE 2** **Work & Hobbies**

Now the reporter begins interviewing Jane.

Reporter: **Chị Jane đi làm mấy ngày một tuần?**
            Chẹe Jane đi làm mấy ngày một twùn?
            How many days a week do you work?

Jane: **Năm ngày. Tôi đi làm từ thứ hai đến thứ sáu.**
            Nam ngàh-ee. Toh-ee dee làhm tùh thúh hai dáyn thúh sáh-oo.
            Five days. I work from Monday to Friday.

Reporter: **Từ mấy giờ đến mấy giờ mỗi ngày?**
            Tùh máy yùh dáyn máy yùh mõh-ee ngàh-ee?
            From what time to what time each day?

Jane: **Từ tám giờ sáng đến bốn giờ chiều.**
            Tùh táhm yùh sáhng dáyn bóhn yùh chyèw.
            From 8 am to 4 pm.

Reporter: **Chị Jane ngủ dậy lúc mấy giờ?**
            Chẹe Jane ngỏo yạy lóok máy yùh?
            What time do you get up?

Jane: **Tôi ngủ dậy lúc sáu giờ sáng.**
            Toh-ee ngỏo yạy lóok sáh-oo yùh sáhng.
            I get up at six in the morning.

Reporter: **Buổi tối chị thường làm gì?**
            Bỏo-a-ee tóh-ee chẹe thùh-ang làhm yèe?
            What do you usually do in the evening?

Jane: **Tôi đi ăn với bạn bè.**
            Toh-ee dee an vúh-ee bạhn bè.
            I eat out with friends.

Reporter: **Còn cuối tuần?**
            Kàwn kóo-a-ee twùn?
            What about weekends?

Jane: **Tôi chơi vĩ cầm trong một ban nhạc sống.**
            Toh-ee chuh-ee vẽe kùm jawng mọht bahn nyạhk sóhng.
            I play the violin in a live band.

Reporter: **Quả là một sự ngạc nhiên thích thú! Vậy chị có biết hát không?**
            Kwảh là mọht sụh ngạhk nyen théek thóo! Vạy chẹe káw byét háht khohng?
            What a pleasant surprise! So can you sing too?

Jane: **Có. Tôi biết hát một vài bài dân ca Việt Nam.**
Káw. Toh-ee byét háht mọht vài bài yun kah Vyẹt Nahm.
Yes. I can sing a few Vietnamese folk songs.

Reporter: **Bây giờ là mấy giờ rồi, anh Ben?**
Bay yùh lài máy yùh ròh-ee, aing Ben?
What time is it now, Ben?

Ben: **Chín giờ kém năm.**
Chéen yùh kém nam.
It's five to nine.

Reporter: **Vậy chúng ta còn năm phút nữa. Chị Janc hát tặng cho khán giả một bản nhạc, được không?**
Vạy chóong tah kàwn nam fóot nũh-a. Chẹe Jane háht tạng chaw kháhn yảh mọht bảhn nhạhk, dụh-ak khohng?
So we still have five minutes left. Can you sing our audience a song?

Jane: **Rất hân hạnh. Tôi xin hát bài "Ru Con."**
Rút hun hạing. Toh-ee seen háht bài "Roo Kawn."
It's an honor. I'll sing a song called "A Lullaby."

Reporter: **Chúng ta hãy cho chị Jane một tràng pháo tay!**
Chóong tah hã̃-ee chaw chẹe Jane mọht jàhng fów tah-ee!
Let's give her a round of applause!

New Vocabulary 2

từ ... đến	*tùh ... dáyn*	from ... to
giờ	*yùh*	time, hour
mấy giờ?	*máy yùh?*	what time?
mỗi	*mõh-ee*	each
ngủ dậy	*ngỏo yạy*	get up
lúc	*lóok*	at (a specific time)
lúc mấy giờ?	*lóok máy yùh?*	at what time?
chơi	*chuh-ee*	play (a musical instrument)
vĩ cầm	*vẽe kùm*	violin
ban nhạc	*bahn nyạhk*	band
sống	*sóhng*	live (*adjective*)
Quả là một ...!	*Kwảh lài mọht ...!*	What a ...!
sự	*sụh*	classifier for some abstract concepts
ngạc nhiên	*ngạhk nyen*	surprise
thích thú	*théek thóo*	pleasant, exciting
hát	*háht*	sing
một vài	*mọht vài*	a few
dân ca	*yun kah*	folk song
kém	*kém*	minus (in telling the time)
phút	*fóot*	minute(s)
còn ... nữa	*kàwn ... nũh-a*	still have left
hát tặng cho	*háht tạng chaw*	sing for
khán giả	*kháhn yảh*	audience
bản nhạc	*bảhn nyạhk*	song
chúng ta hãy	*chóong tah hãh-ee*	let's
tràng pháo tay	*jàhng fów tah-ee*	round of applause
ru con	*roo kawn*	lullaby

Pattern Practice 1

▪ How many days a week do you work?

Chị	**đi làm**	**mấy**	**ngày**	**một tuần?**
Chẹe	*dee làhm*	*máy*	*ngàh-ee*	*mọht twùn?*
You	go to work	how many	days	a week?

Chị	**ngủ**	**mấy**	**tiếng**	**mỗi tối?**
Chẹe	*ngỏo*	*máy*	*tyéng*	*mõh-ee tóh-ee?*
You	sleep	how many	hours	each night?

- Five days. I work from Monday to Friday.

Năm ngày.	**Tôi**	**đi làm**	**từ**	**thứ hai**	**đến**	**thứ sáu.**
Nam ngàh-ee.	*Toh-ee*	*dee làhm*	*tùh*	*thúh hai*	*dáyn*	*thúh sáh-oo.*
Five days.	I	go work	from	Monday	to	Friday.

Tám tiếng.	**Tôi**	**ngủ**	**từ mười giờ tối**	**đến**	**sáu giờ sáng.**
Táhm tyéng.	*Toh-ee*	*ngỏo*	*tùh mùh-a-ee yùh tóh-ee*	*dáyn*	*sáh-oo yùh sáhng.*
Eight hours.	I	sleep	from 10 pm	to	6 am.

Pattern Practice 2

- What time do you have to get up?

Chị	**ngủ dậy**	**lúc mấy giờ?**
Chẹe	*ngỏo yạy*	*lóok máy yùh?*
You	get up	at what time?

Chị	**đi làm**	**lúc mấy giờ?**
Chẹe	*dee làhm*	*lóok máy yùh?*
You	go to work	at what time?

Chị	**ăn tối**	**lúc mấy giờ?**
Chẹe	*an tóh-ee*	*lóok máy yùh?*
You	eat dinner	at what time?

- I get up at six in the morning.

Tôi	**ngủ dậy**	**lúc**	**sáu giờ sáng.**
Toh-ee	*ngỏo yạy*	*lóok*	*sáh-oo yùh sáhng.*
I	get up	at	six in the morning.

Tôi	**đi làm**	**lúc**	**bảy giờ sáng.**
Toh-ee	*dee làhm*	*lóok*	*bảh-ee yùh sáhng.*
I	go to work	at	seven in the morning.

Tôi	**ăn tối**	**lúc**	**tám giờ tối.**
Toh-ee	*an tóh-ee*	*lóok*	*táhm yùh tóh-ee.*
I	eat dinner	at	eight at night.

- I get up at six-thirty in the morning.

Tôi	**ngủ dậy**	**lúc**	**sáu giờ rưỡi sáng.**
Toh-ee	*ngỏo yạy*	*lóok*	*sáh-oo yùh rũh-a-ee sáhng.*
I	get up	at	six-thirty in the morning.

Tôi	**về nhà**	**lúc**	**sáu giờ kém mười lăm.**
Toh-ee	*vèh nyàh*	*lóok*	*sáh-oo yùh kém mùh-a-ee lam.*
I	get home	at	fifteen before six.

Tôi	**đi ngủ**	**lúc**	**nửa đêm.**
Toh-ee	*dee ngỏo*	*lóok*	*nủh-a daym.*
I	go sleep	at	midnight.

Pattern Practice 3

- What time is it?

Bây giờ	**là**	**mấy giờ**	**rồi?**
Bay yùh	*làh*	*máy yùh*	*ròh-ee?*
Now	is	what time	already?

- Nine pm.

Chín	**giờ**	**tối.**
Chéen	*yùh*	*tóh-ee.*
Nine	hours	night.

Mười hai	**giờ**	**đêm.**
Mùh-a-ee hai	*yùh*	*daym.*
Twelve	hours	late at night.

Hai	**giờ**	**trưa.**
Hai	*yùh*	*juh-a.*
Two	hours	noon.

- Twenty-three to twelve.

Mười hai	**giờ**	**kém/thiếu**	**hai mươi ba**	**phút.**
Mùh-a-ee hai	*yùh*	*kém/thyéw*	*hai muh-a-ee bah*	*fóot.*
Twelve	hour	minus	twenty-three	minutes.

Chín	**giờ**	**mười hai**	**phút.**
Chéen	*yùh*	*mùh-a-ee hai*	*fóot.*
Nine	hour	twelve	minutes.

Bảy	**giờ**	**sáu**	**phút.**
Bảh-ee	*yùh*	*sáh-oo*	*fóot.*
Seven	hour	six	minutes.

CULTURAL NOTE   **Parts of the Day**

In Vietnam, generally speaking it is thought that **sáng** (*sáhng*) "morning" begins at 1 am and ends at 10 am, **trưa** (*juh-a*) "noon" starts at 11 am and ends at 2 pm, **chiều** (*chyèw*) "evening" begins at 3 pm and ends at 7 pm, and **tối** (*tóh-ee*) "night" starts at 8 pm and ends at 10 pm. One other common time expression is **đêm** (*daym*) "late at night", which goes from 11 pm until 12 am.

GRAMMAR NOTE   **Telling Time**

In Vietnamese, the easiest way to tell time is simply to say the hour **giờ** (*yùh*) and then the number of minutes **phút** (*fóot*). However, there are other ways of telling time that many native speakers use. For example, they usually say **rưỡi** (*rũh-a-ee*) "half" instead of 30 minutes. And, to indicate the time before a certain hour, they often use **giờ** followed by **kém** (*kém*) "minus" or **thiếu** (*thyéw*) "minus", and then the number of minutes. For multiples of five minutes, the word **phút** is optional.

EXERCISE SET 3
Practice the following conversation:

Reporter:	How many hours do you sleep each night?
Alice:	About six hours. I usually go to bed at midnight and get up around 6 am.
Reporter:	What time do you usually go to work?
Alice:	At 7:30 am.
Reporter:	And what time do you usually get home?
Alice:	Around 5:15 pm.

EXERCISE SET 4
Practice the following conversations.

Amy:	What time is it, Henry?
Henry:	Half past three.

Jack:	What time is it, Carol?
Carol:	Sixteen before eight.

CHAPTER 8
Sightseeing

One summer, Jane and Ben decide to go on a sightseeing tour of Vietnam. In this chapter we will practice the language used by tourists traveling across Vietnam.

🎧 **DIALOGUE 1** **Touring Around Vietnam**

Jane and Ben are planning their tour together.

Jane: **Jane rất muốn đi thăm Vịnh Hạ Long.**
Jane rút moo-óhn dee tham Vẹeng Hạh Lawng.
I would really like to see Ha Long Bay.

Ben: **Ý kiến tuyệt vời. Mình có thể thuê một chiếc thuyền.**
Ée kyén twẹt vùh-ee. Mèeng káw thểh thweh mọht chyék thwèn.
That's a wonderful idea. We could rent a boat.

Jane: **Nhưng mình nên ở đó bao lâu?**
Nyuhng mèeng nayn ửh dáw bow loh-oo?
But how long should we stay there?

Ben: **Một ngày cũng đủ rồi vì không có gì khác để làm ở đó.**
Mọht ngàh-ee kõong dỏo ròh-ee vèe khohng káw yèe khákh dểh làmm ửh dáw.
One day is really enough, as there isn't much else to do there.

Jane: **Đúng vậy. Đi thuyền một vòng để chụp hình, rồi bơi trong vịnh.**
Dóong vạy. Dee thwèn mọht vàwng dểh chọop hèeng, ròh-ee buh-ee jawng vẹeng.
That's true. We can do a tour in the boat to take pictures, and then swim in the bay.

Ben: **Rồi thưởng thức nhiều món hải sản. Hết!**
Ròh-ee thửh-ang thúhk nhyèw máwn hải sảhn. Héht!
Then enjoy a lot of seafood. That's it!

Jane: **Vậy mình sẽ đi đâu sau đó? Có những nơi nào khác đáng xem gần Vịnh Hạ Long không?**
Vạy mèeng sẽ dee doh-oo sah-oo dáw? Káw nyũng nuh-ee nòw khákh dáhng sem gùn Vẹeng Hạh Lawng khohng?
Then where should we go next? Are there any places near Ha Long Bay worth seeing?

Ben: **Mình có thể ghé thăm thành phố Hải Phòng.**
Mèeng káw thểh gé tham thàing fóh Hải Fàwng.
We could visit Hai Phong.

Jane: **Hải Phòng cách Vịnh Hạ Long bao xa?**
Hải Fàwng káik Vẹeng Hạh Lawng bow sah?
How far is Hai Phong from Ha Long Bay?

Ben: **Khoảng bảy mươi lăm cây số.**
Khwảhng bảh-ee muh-a-ee lam kay sóh.
About seventy-five kilometers.

Jane: **Mình có thể đi bằng gì?**
Mèeng káw thẻh dee bàng yèe?
How can we get there?

Ben: **Đi xe khách.**
Dee se kháik.
By coach.

New Vocabulary 1

thăm	*tham*	visit
vịnh	*vẹeng*	bay
ý kiến	*ée kyén*	idea
tuyệt vời	*twẹt vùh-ee*	wonderful
mình	*mèeng*	we, us (informal)
thuê	*thweh*	rent (verb)
chiếc	*chyék*	classifier for some nouns
thuyền	*thwèn*	boat
bao lâu?	*bow loh-oo?*	how long?
đủ	*dỏo*	enough
khác	*kháhk*	different, else
vòng	*vàwng*	tour
chụp hình	*chọop hèeng*	take pictures
rồi	*ròh-ee*	then
thưởng thức	*thủh-ang thúhk*	enjoy
hải sản	*hải sảhn*	seafood
hết	*héht*	the end
sau đó	*sah-oo dáw*	after that
những	*nyũhng*	plural marker
nơi	*nuh-ee*	place
đáng	*dáhng*	worth
có thể	*káw thẻh*	can
ghé thăm	*gé tham*	stop by
thành phố	*thàing fóh*	city
cách	*káik*	distance from
bao xa?	*bow sah?*	how far?

khoảng	*khwảhng*	about, approximately
cây số	*kay sóh*	kilometer
bằng gì?	*bàng yèe?*	how (i.e., by what means of transport?)
xe khách	*se kháik*	coach
du khách	*yoo kháik*	tourist, visitor
địa điểm du lịch	*dẹe-a dyểm yoo lẹek*	tourist attraction
hướng dẫn viên du lịch	*húh-ang yũn vyen yoo lẹek*	tour guide
trung tâm thông tin	*joong tum thohng teen*	information center
bãi biển	*bãh-ee byển*	beach
biển	*byển*	sea
công viên	*kohng vyen*	park
công viên quốc gia	*kohng vyen koo-óhk yah*	national park
di tích	*yee téek*	relic
đảo	*dỏw*	island
lăng vua	*lang voo-a*	imperial tomb
núi	*nóo-ee*	mountain
phòng triển lãm nghệ thuật	*fàwng jyển lãhm ngẹh thwụt*	art gallery
sông	*sohng*	river
sở thú	*sủh thóo*	zoo
viện bảo tàng	*vyẹn bỏw tàhng*	museum
vịnh	*vẹeng*	bay
bến tàu	*báyn tàh-oo*	wharf
bến xe khách	*báyn se kháik*	coach station
ga xe lửa	*gah se lủh-a*	train station
phi trường	*fee jù-ang*	airport
máy bay	*máh-ee bah-ee*	airplane
phà	*fàh*	ferry
tàu thủy	*tàh-oo thwẻe*	ship
xe lửa	*se lủh-a*	train

Pattern Practice 1

- I would really like to see Ha Long Bay.

Jane	rất muốn	đi thăm Vịnh Hạ Long.
Jane	*rút moo-óhn*	*dee tham Vẹeng Hạh Lawng.*
I	really want	go visit Ha Long Bay.

Jane	rất muốn	đi tắm biển ở Nha Trang.
Jane	*rút moo-óhn*	*dee tám byẻn ủh Nyah Jahng.*
I	really want	go swim in the sea at Nha Trang.

Jane	rất muốn	uống thử rượu rắn.
Jane	*rút moo-óhn*	*oo-óhng thủh rụh-a-oo rán.*
I	really want	try snake wine.

- That's a wonderful idea. We could rent a boat.

Ý kiến tuyệt vời.	Mình có thể	thuê một chiếc thuyền.
Ée kyén twẹt vùh-ee.	*Mèeng káw thẻh*	*thweh mọht chyék thwèn.*
Idea wonderful.	We could	rent a boat.

Ý kiến tuyệt vời.	Mình có thể	đi bằng xe lửa.
Ée kyén twẹt vùh-ee.	*Mèeng káw thẻh*	*dee bàng se lủh-a.*
Idea wonderful.	We could	go by train.

Ý kiến tuyệt vời.	Mình có thể	đi đến Quán Ngon trên đường Nguyễn Du.
Ée kyén twẹt vùh-ee.	*Mèeng káw thẻh*	*dee dáyn Kwáhn Ngawn jayn dùh-ang Ngwẽn Yoo.*
Idea wonderful.	We could	go to Ngon Restaurant on Nguyen Du Street.

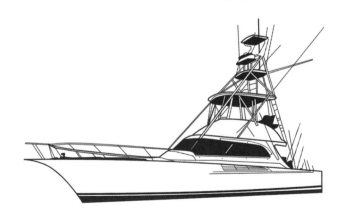

- How long should we stay there?

Mình	nên	ở đó	bao lâu?
Mèeng	*nayn*	*ủh dáw*	*bow loh-oo?*
We	should	stay there	how long?

- One day is really enough.

Một ngày	**cũng đủ rồi.**
Mọht ngàh-ee	*kõong dỏo ròh-ee.*
One day	really enough.

Ba Ngày	**cũng đủ rồi.**
Bah ngàh-ee	*kõong dỏo ròh-ee*
Three days	really enough.

Một tuần	**cũng đủ rồi.**
Mọht twùn	*kõong dỏo ròh-ee*
One week	really enough.

Pattern Practice 3

- How far is Hai Phong from Ha Long Bay?

Hải Phòng	**cách**	**Vịnh Hạ Long**	**bao xa?**
Hải Fàwng	*káik*	*Vẹeng Hạh Lawng*	*bow sah?*
Hai Phong	distance from	Ha Long Bay	how far?

Nha Trang	**cách**	**Đà Lạt**	**bao xa?**
Nyah Jahng	*káik*	*Dàh Lạht*	*bow sah?*
Nha Trang	distance from	Dalat	how far?

Phi trường	**cách**	**khách sạn**	**bao xa?**
Fee jùh-ang	*káik*	*kháik sạhn*	*bow sah?*
Airport	distance from	hotel	how far?

- About seventy-five kilometers.

Khoảng	**bảy mươi lăm**	**cây số.**
Khwảhng	*bảh-ee muh-a-ee lam*	*kuy sóh.*
About	seventy-five	kilometers.

Khoảng	**tám mươi mốt**	**dặm.**
Khwảhng	*táhm muh-a-ee móht*	*yạm.*
About	eighty-one	miles.

Khoảng	**bảy**	**ki lô mét.**
Khwảhng	*bảh-ee*	*kee loh mét.*
About	seven	kilometers.

Pattern Practice 4

- How can we get there?

Mình	**có thể**	**đi**	**bằng**	**gì?**
Mèeng	*káw thẻh*	*dee*	*bàng*	*yèe?*
We	can	go	by	what?

Mình	**nên**	**đi**	**bằng**	**gì?**
Mèeng	*nayn*	*dee*	*bàng*	*yèe?*
We	should	go	by	what?

Mình	**phải**	**đi**	**bằng**	**gì?**
Mèeng	*fải*	*dee*	*bàng*	*yèe?*
We	must go	by	what?	

- By coach.

Đi	**xe khách.**
Dee	*se kháik.*
Go	coach.

Đi	**xe lửa.**
Dee	*se lửh-a.*
Go	train.

Đi	**bằng máy bay.**
Dee	*bàng máh-ee bah-ee.*
Go	by plane.

Đi	**bằng tàu thủy.**
Dee	*bàng tàh-oo thwẻe.*
Go	by ship.

CULTURAL NOTE **Measurements**

Vietnamese people mainly use the metric system, but some speakers are aware of American units too. There are also two terms for a "kilometer": a Vietnamese one, **cây số** (*kay sóh*), and a word borrowed from French, **ki lô mét** (*kee loh mét*).

GRAMMAR NOTE **The Word Bằng = "By"**

The word **bằng** (*bàng*) "by" must be used in questions asking about the means of transport needed to get to a certain place. However, in responses it is optional.

EXERCISE SET 1
Practice the following conversations.

Josh:	I would really like to visit Hoi An.[1]
Jennifer:	That's a wonderful idea. We could rent a car and drive there.

Courtney:	I would really like to see Phu Quoc Island.[2]
Alex:	That's a wonderful idea. We could take a ship or fly there.

EXERCISE SET 2
Practice the following conversations.

Josh:	How long should we stay in Hoi An?
Jennifer:	Two days is really enough.

Courtney:	How long should we stay in Phu Quoc?
Alex:	A week is really cnough.

EXERCISE SET 3
Practice the following conversations.

Josh:	How far is Hoi An from Da Nang?[3]
Jennifer:	About twenty-five kilometers.

Courtney:	How far is Phu Quoc from Saigon?
Alex:	About three hundred kilometers.

---

1   **Hội An** (*Họh-ee Ahn*)
2   **Đảo Phú Quốc** (*Dỏw Fóo Koo-óhk*)
3   **Đà Nẵng** (*Dàh Nãng*)

🎧 **DIALOGUE 2** **Checking Into a Hotel in Da Nang**

Jane and Ben are checking into a hotel. While checking in, they talk about their train ride from Saigon to Da Nang and their taxi ride from the train station to the hotel. Then they ask the hotel receptionist about the beaches in Da Nang.

Receptionist:	**Xin chào anh chị.**
	Seen chòw aing chẹe.
	Hello.
Jane:	**Chào anh. Chúng tôi đã đặt hai phòng tại khách sạn này.**
	Chòw aing. Chóong toh-ee dãh dạt hai fàwng tại kháik sạhn nàh-ee.
	Hi. We have made a reservation for two rooms in this hotel.
Receptionist:	**Xin anh chị cho biết quý danh.**
	Seen aing chẹe chaw byét kwée yaing.
	Could I have your names, please?
Jane:	**Jane Norris và Ben Chapman.**
	Jane Norris vàh Ben Chapman.
	Jane Norris and Ben Chapman.
Receptionist:	**Xin anh chị chờ một lát.**
	Seen aing chẹe chùh mọht láht.
	Please wait a moment.
Jane:	**Ben thấy chuyến xe lửa thế nào?**
	Ben tháy chwén se lửh-a théh nòw?
	How did you find the train ride?
Ben:	**Cũng khá thoải mái và được xem phong cảnh miền Trung.**
	Kõong kháh thwải mái vàh dụh-ak sem nyèw fawng kảing myèn Joong.
	It was pretty comfortable and I enjoyed the scenery of the Central Region.
Jane:	**Jane ngủ ngon quá cho nên không nhìn thấy gì nhiều.**
	Jane ngỏo ngawn kwáh chaw nayn khohng nyèen tháy yèe nyèw.
	I slept soundly through most of it, and so I didn't see much.
Ben:	**Và Jane cũng ngủ trong xe tắc xi luôn.**
	Vàh Jane kõong ngỏo jawng se ták see loo-ohn.
	And you also slept in the cab.
Jane:	**Quên mất. Tiền xe tắc xi là bao nhiêu?**
	Kwayn mút. Tyèn se ták see làh bow nyew?
	I forgot. How much was the cab fare?

Ben:	**Để Ben xem lại tờ biên lai. Một trăm hai mươi ngàn đồng**.
	Dểh Ben sem lại tùh byen lai. Mọht jam hai muh-a-ee ngàhn dòhng.
	Let me take a look at the receipt. One hundred twenty thousand *dong*.
Jane:	**Vậy Jane nợ Ben sáu mươi ngàn.**
	Vạy Jane nụh Ben sáh-oo muh-a-ee ngàhn.
	So I owe you sixty thousand *dong*.
Receptionist:	**Dạ chìa khóa phòng của anh chị đây.**
	Yạh chèe-a khwáh fàwng kỏo-a aing chẹe day.
	Here are your room keys.
Jane:	**Cám ơn anh. Anh cho hỏi. Đà Nẵng có nhiều bãi biển không?**
	Káhm uhn aing. Aing chaw hỏy. Dàh Nãng káw nyèw bãi byển khohng?
	Thank you. A quick question. Does Da Nang have many beaches?
Receptionist:	**Dạ ở đây có năm bãi biển rất đẹp.**
	Yạh ủh day káw nam bãi byển rút dẹp.
	There are five beautiful beaches here.
Ben:	**Bãi biển nào đẹp nhất?**
	Bãi byển nòw dẹp nyút?
	Which one is the most beautiful?
Receptionist:	**Dạ bãi biển Mỹ Khê.**
	Yạh bãi byển Mẽe Kheh.
	My Khe Beach.
Jane:	**Đi bộ từ khách sạn này đến bãi biển được không?**
	Dee bọh tùh kháik sạhn nà-ee dáyn bãi byển dụh-ak khohng?
	Could we walk from the hotel to the beach?
Receptionist:	**Dạ được.**
	Yạh dụh-ak.
	You could.
Ben:	**Đi bộ sẽ mất bao lâu?**
	Dee bọh sẽ mút bow loh-oo?
	How long will it take on foot?
Receptionist:	**Khoảng hai mươi phút.**
	Khwảhng hai muh-a-ee fóot.
	About twenty minutes.
Ben:	**Jane muốn đi ra bãi biển bây giờ không?**
	Jane moo-óhn dee rah bãi byển bay yùh khohng?
	Do you want to go to the beach now, Jane?

Jane: **Cũng được. Vậy mình đem hành lý lên phòng rồi đi nhé.**
           Kõong dụh-ak. Vạy mèeng dem hàing lée layn fàwng rồh-ee dee nyé.
           Okay. Let's take the luggage to our rooms first and then we can go.

New Vocabulary 2

đặt phòng	*dạt fàwng*	reserve a room
khách sạn	*kháik sạhn*	hotel
quý danh	*kwée yaing*	name of a guest
chờ	*chùh*	wait
một lát	*mọht láht*	a moment
thấy	*tháy*	find
chuyến xe lửa	*chwén se lửh-a*	train ride
khá	*kháh*	rather
thoải mái	*thwải mái*	comfortable
phong cảnh	*fawng kảing*	scenery
miền Trung	*myèn Joong*	Central Region
ngủ ngon	*ngỏo ngawn*	sleep soundly
cho nên	*chaw nayn*	therefore
cũng ... luôn	*kõong ... loo-ohn*	also
quên mất	*kwayn mút*	I forgot
tiền xe tắc xi	*tyèn se ták see*	cab fare
biên lai	*byen lai*	receipt
nợ	*nụh*	owe
chìa khóa	*chèe-a khwáh*	key
hỏi	*hỏy*	ask
nhất	*nyút*	most
đem	*dem*	carry, bring
hành lý	*hàing lée*	luggage

Pattern Practice 1

- How did you find the train ride?

Anh	**thấy**	**chuyến xe lửa**	**thế nào?**
Aing	*tháy*	*chwén se lửh-a*	*théh nòw?*
You	find	train ride	how?

Anh	**thấy**	**chuyến bay**	**thế nào?**
Aing	*tháy*	*chwén bah-ee*	*théh nòw?*
You	find	flight	how?

Anh	**thấy**	**chuyến đi**	**thế nào?**
Aing	*tháy*	*chwén dee*	*théh nòw?*
You	find	trip	how?

- It was pretty comfortable.

Cũng	**khá thoải mái.**
Kõong	*kháh thwải mái.*
Also	pretty comfortable.

Cũng	**khá vui.**
Kõong	*kháh voo-ee.*
Also	pretty fun.

Cũng	**khá tốt.**
Kõong	*kháh tóht.*
Also	pretty good.

- It wasn't very comfortable.

Không	**thoải mái**	**cho lắm.**
Khohng	*thwải mái*	*chaw lám.*
Not	comfortable	very much.

Không	**vui**	**cho lắm.**
Khohng	*voo-ee*	*chaw lám.*
Not	ʃun	very much.

Không	**tốt**	**cho lắm.**
Khohng	*tóht*	*chaw lám.*
Not	good	very much.

Pattern Practice 2

- How much is the cab fare?

Tiền	**xe tắc xi**	**là**	**bao nhiêu?**
Tyèn	*se ták see*	*làh*	*bow nyew?*
Money	taxi	is	how much?

Tiền	**vé máy bay**	**là**	**bao nhiêu?**
Tyèn	*vé máh-ee bah-ee*	*làh*	*bow nyew?*
Money	plane ticket	is	how much?

Tiền	**mướn xe hơi**	**là**	**bao nhiêu?**
Tyèn	*múh-an se huh-ee*	*làh*	*bow nyew?*
Money	car rental	is	how much?

- One hundred twenty thousand *dong.*

Một trăm	**hai mươi**	**ngàn**	**đồng.**
Mọht jam	*hai muh-a-ee*	*ngàhn*	*dòhng.*
One hundred	twenty	thousand	*dong.*

Hai triệu	**ba trăm**	**đồng.**
Hai jyẹw	*bah jam*	*dòhng.*
Two million	three hundred	*dong.*

Bốn triệu	**sáu trăm**	**đồng.**
Bóhn jyẹw	*sáh-oo jam*	*dòhng.*
Four million	six hundred	*dong.*

Pattern Practice 3

- Which beach is the most beautiful?

Bãi biển	**nào**	**đẹp**	**nhất?**
Bãi byển	*nòw*	*dẹp*	*nyút?*
Beach	which	beautiful	most?

Khách sạn	**nào**	**gần**	**nhất?**
Kháik sạhn	*nòw*	*gùn*	*nyút?*
Hotel	which	close	most?

Nhà hàng	**nào**	**ngon**	**nhất?**
Nyàh hàhng	*nòw*	*ngawn*	*nyút?*
Restaurant	which	delicious	most?

- My Khe Beach is the most beautiful.

Bãi biển	**Mỹ Khê**	**đẹp**	**nhất.**
Bãi byển	*Mẽe Kheh*	*dẹp*	*nyút.*
Beach	My Khe	beautiful	most.

Khách sạn	**Rex**	**gần**	**nhất.**
Kháik sạhn	*Rex*	*gùn*	*nyút.*
Hotel	Rex	close	most.

Nhà hàng	**Phở Hòa**	**ngon**	**nhất.**
Nyàh hàhng	*Fủh Hwàh*	*ngawn*	*nyút.*
Restaurant	Pho Hoa	delicious	most.

Pattern Practice 4

- Could we walk from the hotel to the beach?

Đi bộ	từ	khách sạn này	đến	bãi biển	được không?
Dee bọh	*tùh*	*kháik sạhn nàh-ee*	*dáyn*	*bãi byẻn*	*dụh-ak khohng?*
Walk	from	hotel this	to	beach	able no?

Đi bộ	từ	bưu điện	đến	công viên	được không?
Dee bọh	*tùh*	*buh-oo dyẹn*	*dáyn*	*kohng vyen*	*dụh-ak khohng?*
Walk	from	post office	to	park	able no?

Đi bộ	từ	chợ Bến Thành	đến	viện bảo tàng	được không?
Dee bọh	*tùh*	*chụh Báyn Thàing*	*dáyn*	*vyẹn bỏw tàhng*	*dụh-ak khohng?*
Walk	from	Ben Thanh market	to	museum	able no?

- Yes. It takes about twenty minutes.

Được.	Mất	khoảng	hai mươi	phút.
Dụh-ak.	*Mút*	*khwảhng*	*hai muh-a-ee*	*fóot.*
Able.	Take	about	twenty	minutes.

Được.	Mất	khoảng	nửa	tiếng.
Dụh-ak.	*Mút*	*khwảhng*	*nủh-a*	*tyéng.*
Able.	Take	about	half	hour.

Được.	Mất	khoảng	mười lăm	phút.
Dụh-ak.	*Mút*	*khwảhng*	*mùh-a-ee lam*	*fóot.*
Able.	Take	about	fifteen	minutes.

EXERCISE SET 4
Practice the following conversations.

Susan: How did you find your flight?
Chuck: It wasn't very comfortable.

Tiffany: How much is the plane ticket?
Agent: Two million *dong*.

Bob: Which hotel is the nearest?
Agent: The Rex Hotel.

Tony: Can I walk from the train station to the hotel?
Agent: You can. It would take about half an hour.

A lô. Ai đó?
Hello.
Who is it?

Dạ, cháu Ben đây. Hoa có nhà không ạ?
It's Ben. Is Hoa home, sir?

Có. Cháu chờ một chút nha?
Yes. Please wait a moment, okay?

Dạ được. Cám ơn bác.
Sure. Thank you.

A lô. Hoa đây.
Hello. It's me.

Hoa có khỏe không? Tại sao Hoa không đi học sáng nay?
How are you? Why didn't you come to school this morning?

Hoa bị nhức đầu và cảm thấy hơi mệt.
I had a headache and felt rather tired.

CHAPTER 9
Making Phone Calls

Jane and Ben occasionally make phone calls to colleagues, friends, and professionals, as required by their busy social life in Vietnam.

In this chapter we will practice some typical phrases used in phone conversations for answering the phone, introducing ourselves, asking to speak with a certain person, leaving a message, and concluding a conversation.

🎧 DIALOGUE 1 **Calling Someone at Their Office**

Jane is calling a director of a company in order to discuss a matter involving insurance with him, but he is out to lunch. His secretary answers the phone.

Secretary:	**A lô. Xin cám ơn đã gọi Công Ty Bảo Hiểm Thu Cúc. Tôi tên là Hưng.**
	Ah loh. Seen káhm uhn dãh gọy Kohng Tee Bỏw Hyẻm Thoo Kóok. Toh-ee tayn làh Huhng.
	Hello. Thank you for calling Thu Cuc Insurance Company. My name's Hung.
Jane:	**Chào anh Hưng. Tôi tên là Jane.**
	Chòw aing Huhng. Toh-ee tayn làh Jane.
	Hello, Hung. My name is Jane.
Secretary:	**Dạ, chị cần gì, chị Jane?**
	Yạh, chẹe kùn yèe, chẹe Jane?
	What can I do for you?
Jane:	**Tôi muốn nói chuyện với Giám Đốc Sơn.**
	Toh-ee moo-óhn nóy chwyẹn vúh-ee Yáhm Dóhk Suhn.
	I'd like to talk with Director Sơn.
Secretary:	**Ông ấy đi ăn trưa rồi. Chị có muốn nhắn lại không?**
	Ohng áy dee an juh-a ròh-ee. Chẹe káw moo-óhn nyán lạh-ee khohng?
	He's gone out for lunch. Would you like to leave a message?
Jane:	**Mấy giờ ông ấy trở lại văn phòng?**
	Máy yùh ohng áy vèh lạh-ee van fàwng?
	What time will he return to his office?
Secretary:	**Có lẽ lúc một giờ.**
	Káw lẽ lóok mọht yùh.
	Perhaps at 1 pm.

Jane:	**Tôi sẽ gọi lại. Cám ơn anh.**
	Toh-ee sẽ gọy lại. Káhm ohn aing.
	I'll call back. Thank you.

Jane calls back at 1 pm.

Secretary:	**A lô. Xin cám ơn đã gọi Công Ty Bảo Hiểm Thu Cúc. Tôi tên là Hưng.**
	Ah loh. Seen káhm uhn dãh gọy Kohng Tee Bởw Hyẻm Thoo Kóok. Toh-ee tayn làh Huhng.
	Hello. Thank you for calling Thu Cuc Insurance Company. My name's Hung.

Jane:	**Tôi là Jane. Tôi gọi cách đây một tiếng.**
	Toh-ee làh Jane. Toh-ee gọy káik day mọht tyéng.
	I'm Jane. I called an hour ago.

Secretary:	**Dạ, xin chị chờ đầu dây một lát?**
	Yạh, seen chẹe chùh dòh-oo yay mọht láht?
	Can I put you on hold for a second?

Jane:	**Được, tôi chờ.**
	Dụh-ak, toh-ee chùh.
	Sure, I'll wait.

Director:	**Chào chị Jane! Chị khỏe không?**
	Chòw chẹe Jane! Chẹe khwẻ khohng?
	Hello, Jane! How are you?

Jane:	**Chào anh Sơn. Tôi khỏe. Cám ơn anh. Tôi cần anh giúp chuyện này.**
	Chòw aing Suhn. Toh-ee khwẻ. Káhm uhn aing. Toh-ee kùn aing yóop chwẹn nàh-ee.
	Hi Son. I'm fine, thank you. I need you to help me with this matter.

Director:	**Chị nói đi.**
	Chẹe nóy dee.
	Please tell me.

Jane:	**Tôi có một cô bạn mới đến Việt Nam và cần mua bảo hiểm y tế.**
	Toh-ee káw mọht koh bạhn múh-ee dáyn Vyẹt Nahm vàh kùn moo-a bởw hyẻm ee téh.
	I have a lady friend who just arrived in Vietnam and she needs to buy health insurance.

Director:	**Bao giờ chị ấy cần mua?**
	Bow yùh chẹe áy kùn moo-a?
	When does she need to buy it?

Jane:	**Càng sớm càng tốt.**
	Kàhng súhm kàhng tóht.
	As soon as possible.
Director:	**Chị có thể bảo cô ấy đến ngay chiều nay, nếu cô ấy rảnh.**
	Chẹe káw thẻh bỏw koh áy dáyn ngah-ee chyèw nah-ee, náy-oo koh áy rảing.
	You can tell her to come this afternoon, if she is free.
Jane:	**Cám ơn anh Sơn. Để tôi gọi cho cô ấy rồi gọi lại cho anh.**
	Káhm uhn aing Suhn. Dẻh toh-ee gọy chaw koh áy ròh-ee gọy lại chaw aing.
	Thank you. Let me call her and I'll call you right back.

CULTURAL NOTE   French and English Loanwords

Apart from Chinese, we also find some French and English loanwords in Vietnamese. Words such as **a lô** (*ah loh*) "hello", **bơ** (*buh*) "butter", **cà phê** (*kàh feh*) "coffee", **áo sơ mi** (*ów suh mee*) "shirt", **cà vạt** (*kàh vạht*) "necktie", **xe buýt** (*se bwéet*) "bus" were borrowed from French, while words such as **buyn đinh** (*bween deeng*) "building", **Intờnét** (*Eentừhnét*) "Internet", **ti vi** (*tee vee*) "TV", **nhạc rốc** (*nyạhk róhk*) "rock music" and **quần sọc** (*kwùn sọok*) "shorts" were borrowed from English.

New Vocabulary 1

a lô	*ah loh*	hello? (on the phone)
gọi	*gọy*	call (by phone)
công ty	*kohng tee*	company
bảo hiểm	*bỏw hyẻm*	insurance
nói chuyện	*nóy chwyẹn*	talk
giám đốc	*yáhm dóhk*	director
nhắn lại	*nyán lạh-ee*	leave a message
gọi lại	*gọy lạh-ee*	call back
trở lại	*trủh lạh-ee*	return
văn phòng	*van fàwng*	office
có lẽ	*káw lẽ*	perhaps
cách đây	*káik day*	ago
chờ đầu dây	*chùh dòh-oo yay*	hold the line
chuyện	*chwyẹn*	matter
y tế	*ee téh*	health
càng sớm càng tốt	*kàhng súhm kàhng tóht*	as soon as possible
bảo	*bỏw*	tell
ngay	*ngah-ee*	very

nếu	*náy-oo*	if	
rảnh	*rảing*	free (time)	
điện thoại công cộng	*dyẹn thwại kohng kọhng*	public phone	
gọi điện thoại nội hạt	*gọy dyẹn thwại nọh-ee hạht*	local call	
gọi điện thoại viễn liên	*gọy dyẹn thwại vyẽn lyen*	long-distance call	
số điện thoại văn phòng	*sóh dyẹn thwại van fàwng*	work phone number	

Pattern Practice 1

- I called an hour ago.

Tôi	**gọi**	**cách đây**	**một tiếng.**
Toh-ee	*gọy*	*káik day*	*mọht tyéng.*
I	called	ago	one hour.

Tôi	**đến**	**cách đây**	**hai mươi phút.**
Toh-ee	*dáyn*	*káik day*	*hai muh-a-ee fóot.*
I	came	ago	twenty minutes.

Tôi	**chờ**	**từ lúc**	**hai giờ.**
Toh-ee	*chùh*	*tùh lóok*	*hai yùh.*
I	waited	since	two o' clock.

- Can I put you on hold for a second?

Xin	**chị**	**chờ đầu dây**	**một lát.**
Seen	*chẹe*	*chùh dòh-oo day*	*mọht láht.*
Please	you	hold the line	one moment.

Xin	**chị**	**chờ thêm**	**năm phút.**
Seen	*chẹe*	*chùh thaym*	*nam fóot.*
Please	you	wait more	five minutes.

Xin	**chị**	**trở lại**	**vào ngày mai.**
Seen	*chẹe*	*jủh lại*	*vòw ngàh-ee mai.*
Please	you	come back	tomorrow.

Pattern Practice 2

- When does she need to buy health insurance?

Bao giờ	**cô ấy**	**cần mua bảo hiểm y tế?**
Bow yùh	*koh áy*	*kùn moo-a bỏw hyểm ee téh?*
When	she	need buy insurance health?

Khi nào	**cô ấy**	**đi thăm Chùa Hương?**
Khee nòw	*koh áy*	*dee tham Chòo-a Huh-ang?*
When	she	go visit Pagoda Perfume?

Khi nào	**cô ấy**	**về Mỹ?**
Khee nòw	*koh áy*	*vèh Mẽe?*
When	she	go back America?

- As soon as possible.
  Càng sớm càng tốt.
  Kàhng súhm kàhng tóht.
  As soon as possible.

  Có lẽ đầu tuần sau.
  Káw lẽ dòh-oo twùn sah-oo.
  Perhaps early next week.

  Có lẽ cuối tuần này.
  Káw lẽ koo-óh-ee twùn nàh-ee.
  Perhaps this coming weekend.

Pattern Practice 3

- When did she buy health insurance?

Cô ấy	**mua bảo hiểm y tế**	**hồi nào?**
Koh áy	*moo-a bỏw hyẻm ee téh*	*hòh-ee nòw?*
She	buy insurance health	when?

Cô ấy	**đi thăm Chùa Hương**	**hồi nào?**
Koh áy	*dee tham Chòo-a Huh-ang*	*hòh-ee nòw?*
She	go visit Pagoda Perfume	when?

Cô ấy	**về Mỹ**	**hồi nào?**
Koh áy	*vèh Mẽe*	*hòh-ee nòw?*
She	return America	when?

- Last Wednesday.
  Thứ tư tuần trước.
  Thúh tuh twùn júh-ak.
  Wednesday week last.

  Cách đây hai tuần.
  Káik day hai twùn.
  Ago two weeks.

  Ngay sau Nô-en.
  Ngah-ee sah-oo Noh-en.
  Right after Christmas.

GRAMMAR NOTE   **The Vietnamese Past Tense**

Look for time expressions or tense markers used in the sentence to tell if the sentence is in the present or past tense, or rely on the context. In the sentence pattern above, **cách đây** (*káik day*) "ago" and **cách đây một tiếng** (*káik day mọht tyéng*) "an hour ago" both express a past activity or action.

GRAMMAR NOTE   **"When"**

In Vietnamese, we begin a sentence with **bao giờ** (*bow yùh*) "when" or **khi nào** (*khee nòw*) "when" to ask when some future event or activity will occur. However, we end a sentence with **hồi nào** (*hòh-ee nòw*) "when" to ask a question about when a past event or activity happened.

EXERCISE SET 1
Practice the following sentences.

A: I called half an hour ago.
B: Can I put you on hold for a second?

C: I came here fifteen minutes ago.
D: Please wait five more minutes.

EXERCISE SET 2
Rearrange the words to form sentences.

1. **cách đây / Jane / Việt Nam / đến / năm / một**
   káik day / Jane / Vyẹt Nahm / dáyn / nam / mọht
   ago / Jane / Vietnam / arrive / year / one

2. **A: nói chuyện / Bác sĩ Thúy / tôi / với / muốn**
   nóy chwyẹn / Báhk sẽe Thwée / toh-ee / vúh-ee / moo-óhn
   speak / Doctor Thuy / I / with / want

   B: ăn trưa / rồi / bà ấy / đi. có / anh / cho / bà ấy / nhắn lại / muốn / không?
   an juh-a / ròh-ee / bàh áy / dee. káw / aing / chaw / bàh áy / nyán lại / moo-óhn / khohng?
   lunch / already / she / go. yes / for / her / leave a message / want / no?

EXERCISE SET 3
Practice the following conversations.

Agent: When do you want to rent a car?
Jane: This coming weekend.

Peggy: When did Jane come to Vietnam?
Ben: She came here a year ago.

🎧 **DIALOGUE 2** **Calling a Friend at Home**

Ben and Hoa are in the same class at university. This morning Ben did not see Hoa in class, so he calls her at home to see how she is.

Hoa's Father: **A lô. Ai đó?**
Ah loh. Ai dáw?
Hello. Who is it?

Ben: **Dạ, cháu Ben đây. Hoa có nhà không ạ?**
Yạh, cháh-oo Ben day. Hwah káw nyàh khohng ạh?
It's Ben. Is Hoa home, sir?

Hoa's Father: **Có. Cháu chờ một chút nha?**
Káw. Cháh-oo chùh mọht fóot nyah?
Yes. Please wait a moment, okay?

Ben: **Dạ được. Cám ơn bác.**
Yạh dụh-ak. Káhm uhn báhk.
Sure. Thank you.

Hoa picks up the phone.

Hoa: **A lô. Hoa đây.**
Ah loh. Hwah day.
Hello. It's me.

Ben: **Hoa có khỏe không? Tại sao Hoa không đi học sáng nay?**
Hwah káw khwẻ khohng? Tại sow Hwah khohng dee hạwk sáhng nah-ee?
How are you? Why didn't you come to school this morning?

Hoa: **Hoa bị nhức đầu và cảm thấy hơi mệt.**
Hwah bẹe nhúhk dòh-oo vàh kảhm tháy huh-ee mạyt.
I had a headache and felt rather tired.

Ben: **Hoa đi khám bác sĩ chưa?**
Hwah dee kháhm báhk sẽe chuh-a?
Did you go to the doctor?

Hoa: **Rồi. Bà ấy khuyên Hoa nên nghỉ ngơi và ngủ nhiều.**
Ròh-ee. Bàh áy khwyen Hwah nayn ngẻe nguh-ee vàh ngỏo nyèw.
I did. She told me to get some rest and spend the day sleeping.

Ben: **Chúc Hoa mau khỏe.**
Chóok Hwah mah-oo khwẻ.
Hope you'll get well soon.

Hoa: **Cám ơn Ben.**
Káhm uhn Ben.
Thanks, Ben.

Ben: **Gặp lại Hoa thứ hai tuần sau.**
Gạp lại Hwah thúh hai twùn sah-oo.
See you again next Monday.

Hoa: **Chào Ben.**
Chòw Ben.
Bye, Ben.

New Vocabulary 2

ai	*ai*	who
đó	*dáw*	there, that
có nhà	*káw nyàh*	be at home
ạ	*ạh*	politeness marker (placed at the end of a sentence)
nha?	*nyah?*	okay? (placed at the end of a sentence)
được	*dụh-ak*	sure

tại sao	*tại sow*	why
đi học	*dee hạwk*	go to school
sáng nay	*sáhng nah-ee*	this morning
nhức đầu	*nhúhk dòh-oo*	headache
cảm thấy	*kảhm tháy*	feel
hơi	*huh-ee*	rather
mệt	*mạyt*	tired
khuyên	*khwyen*	advise
nên	*nayn*	should
nghỉ ngơi	*ngẻe nguh-ee*	rest *(verb)*
mau	*mah-oo*	quickly
gặp lại	*gạp lại*	see someone again
chiều nay	*chyèw nah-ee*	this evening
sáng nay	*sáhng nah-ee*	this morning
tối nay	*tóh-ee nah-ee*	tonight
trưa nay	*juh-a nah-ee*	this afternoon

Pattern Practice 1

- Why didn't you come to school this morning?

Tại sao	**Hoa**	**không**	**đi học sáng nay?**
Tại sow	*Hwah*	*khohng*	*dee hạwk sáhng nah-ee?*
Why	Hoa	not	go to study morning this?

Tại sao	**Hoa**	**không**	**đến hôm qua?**
Tại sow	*Hwah*	*khohng*	*dáyn hohm kwah?*
Why	Hoa	not	come yesterday?

Tại sao	**Hoa**	**không**	**dự tiệc tối chủ nhật tuần trước?**
Tại sow	*Hwah*	*khohng*	*yụh tyẹk tóh-ee chỏo nyụt twùn júh-ak?*
Why	Hoa	not	attend party night Sunday week before?

- I had a headache and felt rather tired.

Hoa	**bị**	**nhức đầu và cảm thấy hơi mệt.**
Hwah	*bẹe*	*nhúhk dòh-oo vàh cảhm tháy huh-ee mạyt.*
Hoa	suffered from	headache and felt rather tired.

Hoa	**bị**	**sốt.**
Hwah	*bẹe*	*sóht.*
Hoa	suffered from	fever.

Hoa	**bị**	**cúm.**
Hwah	*bẹe*	*kóom.*
Hoa	suffered from	flu.

Pattern Practice 2

▪ Did you go to the doctor?

Hoa	đi khám	bác sĩ	chưa?
Hwah	*dee khám*	*báhk sẽe*	*chuh-a?*
Hoa	gone examine	doctor	yet?

Hoa	đi khám	bệnh	chưa?
Hwah	*dee khám*	*bạyng*	*chuh-a?*
Hoa	gone examine	sickness	yet?

▪ I did. She told me to get some rest and spend the day sleeping.

Rồi.	Bà ấy	khuyên	Hoa	nên	nghỉ ngơi và ngủ nhiều.
Ròh-ee.	*Bàh áy*	*khwyen*	*Hwah*	*nayn*	*ngẻe nguh-ee vàh ngỏo nyèw.*
Already.	She	advised	Hoa	should	rest and sleep a lot.

Rồi.	Bà ấy	khuyên	Hoa	nên	uống thuốc hạ sốt.
Ròh-ee.	*Bàh áy*	*khwyen*	*Hwah*	*nayn*	*oo-óhng thoo-óhk hạh sóht.*
Already.	She	advised	Hoa	should	take medicine for a fever.

Rồi.	Bà ấy	khuyên	Hoa	nên	uống nhiều nước.
Ròh-ee.	*Bàh áy*	*khwyen*	*Hwah*	*nayn*	*oo-óhng nyèw núh-ak.*
Already.	She	advised	Hoa	should	drink a lot of water.

GRAMMAR NOTE   The Word Bị = "Things Happening to Us"

In Chapter 5, we learned that **bị** (*bẹe*) "suffer from" is used to talk about negative things that have happened to us, such as getting lost, having an accident, or getting stuck in traffic. In this chapter, we see that **bị** can also be used to talk about health symptoms and illnesses.

EXERCISE SET 4

Fill in the blanks with proper words.

A: **A lô. Ai _____?**
     Ah loh. Ai _____?
     Hello. Who is it?

B: **Tom _____. Kim _____ không?**
     Tom _____. Kim _____ khohng?
     It's Tom. Is Kim home?

A: **Có. Tom chờ một chút _____?**
     Káw. Tom chùh mọht chóot _____?
     Yes. Please wait a moment, okay?

B: **Dạ** _____ **.**
Yạh _____ *.*
Sure.

EXERCISE SET 5
Fill in the blanks with proper words.

C: *A lô.* **Huy** _____ **. Jane** _____ **không?**
Ah loh. Hwee _____ *. Jane* _____ *khohng?*
Hello. It's me, Huy. How are you, Jane?

D: _____ **. Huy** _____ **không? Tại sao Huy không** _____
sáng nay?
_____ *. Hwee* _____ *khohng? Tại sow Hwee khohng* _____
sáhng nah-ee?
Fine. How are you? Why didn't you come to work this morning?

C: **Huy** _____ **nhức đầu và cũng** _____ **hơi mệt.**
Hwee _____ *nhúhk dòh-oo và kõong* _____ *huh-ee mạyt.*
I had a headache and also felt rather tired.

D: **Huy** _____ **nghỉ ngơi.** _____ **Huy mau khỏe.**
Hwee _____ *ngẻe nguh-ee.* _____ *Hwee mah-oo khwẻ.*
You should rest. Hope you'll get well soon.

CHAPTER 10
Health Matters

Jane hasn't been feeling very well, and so she decides to go to the doctor. Later, Ben and Hoa talk about ways to enjoy good health. In this chapter we will practice the language used when talking about health and illness.

🎧 **DIALOGUE 1** **Seeing a Doctor**

Jane is not feeling well, so she has gone to the hospital. The doctor wants to know what symptoms she is experiencing before giving her a quick examination and then prescribing the correct medicine.

Jane: **Chào Bác sĩ Minh.**
Chòw Báhk sẽe Meeng.
Good morning, Doctor Minh.

Doctor: **Chào chị Jane. Chị bị sao vậy?**
Chòw chẹe Jane. Chẹe bẹe sow vạy?
Good morning, Jane. What's wrong?

Jane: **Tôi bị đau tai và bị sốt.**
Toh-ee bẹe dah-oo tai, vàh bẹe sóht.
My ears hurt and I have a fever.

Doctor: **Chị có những triệu chứng này bao lâu rồi?**
Chẹe káw nyũhng jẹw chúhng nàh-ee bow loh-oo ròh-ee?
How long have you had these symptoms?

Jane: **Khoảng ba ngày.**
Khwảhng bah ngàh-ee.
About three days.

Doctor: **Để tôi khám tai chị trước nhé. Bây giờ chị thè lưỡi ra cho tôi xem.**
Dẻh toh-ee khámh tai chẹe júh-ak nyé. Bay yùh chẹe thè lũh-a-ee rah chaw toh-ee sem.
Let me first take a look inside your ears. Now please stick out your tongue.

Jane: **Tôi bị bệnh gì vậy, thưa Bác sĩ?**
Toh-ee bẹe bạyng yèe vạy, thuh-a Báhk sẽe?
What's my diagnosis, Doctor?

Doctor: **Chị bị nhiễm trùng tai.**
Chẹe bẹe nyẽm jòong tai.
You have an ear infection.

Jane: **Có nghiêm trọng không, Bác sĩ?**
Káw ngyem jạwng khohng, Báhk sẽe?
Is it serious, Doctor?

Doctor: **Nhẹ thôi. Chị chỉ cần đi ra tiệm thuốc tây mua thuốc theo toa này. Nhớ uống ba lần mỗi ngày, mỗi lần uống hai viên.**
Nhẹ thoh-ee. Chẹe chẻe kùn dee rah tyệm thoo-óhk tay moo-a thoo-óhk the-oo twah nàh-ee. Nyúh oo-óhng bah lùn mỗh-ee ngàh-ee, mỗh-ee lùn oo-óhng hai vyen.
It's mild. You only need to go to the pharmacy and get this prescribed medicine. Take two tablets three times a day.

Trở lại gặp tôi trong ba ngày nếu tai chị vẫn bị đau và chị vẫn bị sốt.
Jủh lại gạp toh-ee jawng bah ngàh-ee náy-oo tai chẹe vũn bẹe dah-oo vàh chẹe vũn bẹe sóht.
Come back to see me in three days if your ears still hurt and you still have a fever.

Jane: **Cám ơn Bác sĩ rất nhiều.**
Káhm uhn Báhk sẽe rút nyèw.
Thank you so much.

Doctor: **Không có chi. Chào chị.**
Khohng káw chee. Chòw chẹe.
You're welcome. Goodbye.

New Vocabulary 1

sổ mũi	*sỏh mõo-ee*	runny nose
đau	*dah-oo*	pain
đau họng	*dah-oo hạwng*	sore throat
triệu chứng	*jẹw chúhng*	symptom
khám	*kháhm*	examine
tai	*tai*	ear
trước	*júh-ak*	first
thè … ra	*thè … rah*	stick out
lưỡi	*lũh-a-ee*	tongue
bệnh	*bạyng*	sick, sickness
nhiễm trùng	*nyễm jòong*	infection
nghiêm trọng	*ngyem jạwng*	serious
nhẹ	*nyẹ*	mild
tiệm thuốc tây	*tyệm thoo-óhk tay*	pharmacy
thuốc	*thoo-óhk*	medicine
theo	*the-oo*	according to
toa	*twah*	prescription

lần	*lùn*	time (i.e., occasion)
viên	*vyen*	tablet

Body Parts

bàn chân	*bàhn chun*	foot
bàn tay	*bàhn tah-ee*	hand
bụng	*bọong*	abdomen
chân	*chun*	leg
cổ	*kỏh*	neck
đầu	*dòh-oo*	head
gan	*gahn*	liver
họng	*hạwng*	throat
lưng	*luhng*	back
mắt	*mát*	eye
miệng	*myẹng*	mouth
mũi	*mõo-ee*	nose
ngực	*ngụhk*	chest
phổi	*phỏh-ee*	lung(s)
răng	*rang*	tooth/teeth
tai	*tai*	ear
tay	*tah-ee*	arm
tim	*teem*	heart

Health Problems

áp huyết cao	*áhp hwét kow*	high blood pressure
ăn không tiêu	*an khohng tyew*	indigestion
cảm	*kảhm*	cold
chóng mặt	*chóong mạt*	dizziness
cúm	*kóom*	flu
đau bụng	*dah-oo bọong*	stomachache
đau răng	*dah-oo rang*	toothache
ho	*haw*	cough
nhức đầu	*nhúhk dòh-oo*	headache
sổ mũi	*sỏh mõo-ee*	runny nose
sốt	*sóht*	fever
sưng họng	*suhng họong*	sore throat
tiêu chảy	*tyew chảh-ee*	diarrhea
tiểu đường	*tyẻw dùh-ang*	diabetes

GRAMMAR NOTE   The Word Vậy = Used to Soften Questions

Usually, Vietnamese speakers use **vậy** (*vạy*) as a mitigator, to soften questions so that they do not sound like an interrogation. **Vậy** as a mitigator is always placed at the end of a question.

Pattern Practice 1

- What's wrong?

Chị	**bị**	**sao**	**vậy?**
Chẹe	*bẹe*	*sow*	*vạy?*
You	suffer from	what matter	*vậy?*

- I have a runny nose, a sore throat, and a fever.

Tôi	**bị**	**sổ mũi, đau họng, và sốt.**
Toh-ee	*bẹe*	*sỏh mõo-ee, dah-oo hạwng, vàh sóht.*
I	suffer from	runny nose, sore throat, and fever.

Tôi	**cảm thấy**	**rất mệt.**
Toh-ee	*kảhm tháy*	*rút mạyt.*
I	feel	very tired.

Tôi	**không ngủ**	**được mấy đêm rồi.**
Toh-ee	*khohng ngỏo*	*dụh-ak máy daym ròh-ee.*
I	not sleep	able to a few nights already.

Pattern Practice 2

- What's my diagnosis, Doctor?

Tôi	**bị**	**bệnh gì**	**vậy,**	**thưa**	**Bác sĩ?**
Toh-ee	*bẹe*	*bạyng yèe*	*vạy,*	*thuh-a*	*Báhk sẽe?*
I	suffer from	sickness what	*vậy*	politeness marker	Doctor?

- You have an ear infection.

Chị	**bị**	**nhiễm trùng tai.**
Chẹe	*bẹe*	*nyẽm jòong tai.*
You	suffer from	infection ear.

Chị	**bị**	**thiếu máu.**
Chẹe	*bẹe*	*thyéw máh-oo.*
You	suffer from	anemia.

Chị	**bị**	**căng thẳng.**
Chẹe	*bẹe*	*kang thẳng.*
You	suffer from	stress.

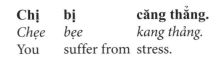

EXERCISE SET 1
Practice the following conversations.

Doctor: What's wrong?
You: I have a headache and haven't been able to sleep for the past three
            nights.

You: What's my diagnosis, Doctor?
Doctor: You suffer from stress.

You: Should I take any medicine?
Doctor: No, but you should get a lot of rest.

EXERCISE SET 2
Rearrange the words to form sentences.

1. **cảm thấy / mệt / chóng mặt / Maggie / đang / và / rất**
   kảhm tháy / mạyt / cháwng mạt / Maggie / dahng / vàh / rút
   feel / tired / dizzy / Maggie / progressive marker / and / very

2. **nên / Maggie / bác sĩ / đi / chiều nay**
   nayn / Maggie / báhk sẽe / dee / chyèw nah-ee
   should / Maggie / doctor / go / this afternoon

3. **tiệm thuốc tây / mua / đi ra / theo toa / Maggie / cần / thuốc**
   tyẹm thoo-óhk tay / moo-a / dee rah / the-oo twah / Maggie / kùn / thoo-óhk
   pharmacy / buy / go to / according to the prescription / Maggie / need / medicine

4. **phải / mỗi ngày / thuốc / hai lần / Maggie / uống, ba / mỗi lần / uống /
   viên**
   *fải / mõh-ee ngàh-ee / thoo-óhk / hai lùn / Maggie / oo-óhng, bah / mõh-ee lùn
   / oo-óhng / vyen*
   have to / each day / medicine / twice / Maggie / take, three / each time / take
   / tablet

🎧 ┊ DIALOGUE 2 ┊ **How to Stay Healthy**

Ben and Hoa are talking about ways to enjoy good health. For Hoa, health is an important topic because she is always getting sick.

Ben:	**Chào Hoa. Hoa khỏe không?** *Chòw Hwah. Hwah khwẻ khohng?* Hello Hoa. How are you?
Hoa:	**Chào Ben. Hoa khỏe. Còn Ben?** *Chòw Ben. Hwah khwẻ. Kàwn Ben?* Hi Ben. I'm fine. And you?
Ben:	**Ben khỏe. Cám ơn Hoa.** *Ben khwẻ. Káhm uhn Hwah.* I'm fine, thank you.
Hoa:	**Hoa thấy Ben không bao giờ bị bệnh. Bí quyết sức khỏe của Ben là gì?** *Hwah tháy Ben khohng bow yùh bẹe bạyng. Bée kwét súhk khwẻ kỏo-a Ben làh yèe?* I see that you're never sick. What's your secret to good health?
Ben:	**Do Ben ăn nhiều rau và trái cây.** *Yaw Ben an nyèw rah-oo vàh jái kay.* (I'm healthy) because I eat a lot of vegetables and fruit.
Hoa:	**Vậy thôi sao? Hoa cũng ăn nhiều rau và trái cây nhưng vẫn hay bị bệnh. Ben có làm gì khác nữa không?** *Vạy thoh-ee sow? Hwah kõong an nyèw rah-oo vàh jái kay nyuhng vũn hah-ee bẹe bạyng. Ben káw làhm yèe kháhk nũh-a khohng?* Is that all? I also eat a lot of vegetables and fruit, but I'm always getting sick.What else do you do?
Ben:	**Ben cũng chạy bộ, ngủ đủ, và uống nhiều nước.** *Ben kõong chạh-ee bọh, ngỏo dỏo, vàh oo-óhng nyèw núh-ak.* I also jog, get enough sleep, and drink a lot of water.
Hoa:	**Ben ngủ mấy tiếng mỗi tối?** *Ben ngỏo máy tyéng mõh-ee tóh-ee?* How many hours do you sleep every night?
Ben:	**Tám tiếng.** *Táhm tyéng.* Eight hours.
Hoa:	**Vậy hả?** *Vạy hảh?* Really?

Ben: **À này, Hoa có muốn chạy bộ với Ben không?**
       Àh nàh-ee, Hwah káw moo-óhn chạh-ee bọh vúh-ee Ben khohng?
       By the way, do you want to jog with me?

Hoa: **Cám ơn Ben, nhưng Hoa làm biếng lắm.**
       Káhm uhn Ben, nyuhng Hwah làhm byéng lám.
       Thank you, Ben, but perhaps you could say that I'm lazy.

New Vocabulary 2

bí quyết	*bée kwét*	secret
do	*yaw*	because
rau	*rah-oo*	vegetables
trái cây	*jái kay*	fruits
Vậy thôi sao?	*Vạy thoh-ee sow?*	Is that all?
ngủ	*ngỏo*	sleep *(verb)*
đủ	*đỏo*	adequate(ly)
tiếng	*tyéng*	hour
mỗi	*mõh-ee*	each
vậy hả?	*vạy hảh*	really?
à này	*àh nàh-ee*	by the way
làm biếng	*làhm byéng*	lazy

Sports and Exercises

hồ bơi	*hòh buh-ee*	swimming pool
phòng tập thể dục	*fàwng tụp thểh yọok*	gym
sân bóng rổ	*sun báwng rỏh*	basketball court
sân quần vợt	*sun kwùn vụht*	tennis court
sân vận động	*sun vụn dọhng*	stadium
sân vũ cầu	*sun võo kòh-oo*	badminton court
bơi	*buh-ee*	swim
chạy bộ	*chạh-ee bọh*	jog
chơi bóng rổ	*chuh-ee báwng rỏh*	play basketball
chơi quần vợt	*chuh-ee kwùn vụht*	play tennis
chơi vũ cầu	*cuh-ee võo kòh-oo*	play badminton
chơi đá banh	*dáh baing*	play soccer
hít đất	*héet dút*	do push-ups
tập tạ	*tụp tạh*	lift weights

Pattern Practice 1

▪ What's your secret to good health?

Bí quyết	**sức khỏe**	**của**	**Ben**	**là gì?**
Bée kwét	*súhk khwẻ*	*kỏo-a*	*Ben*	*làh yèe?*
Secret	health	of	Ben	is what?

Bí quyết	**giảm cân**	**của**	**Ben**	**là gì?**
Bée kwét	*yảhm kun*	*kỏo-a*	*Ben*	*làh yèe?*
Secret	losing weight	of	Ben	is what?

Bí quyết	**nấu ăn ngon**	**của**	**Ben**	**là gì?**
Bée kwét	*nóh-oo an ngawn*	*kỏo-a*	*Ben*	*làh yèe?*
Secret	cooking good	of	Ben	is what?

▪ Because I eat a lot of vegetables and fruit.

Do	**Ben ăn nhiều rau và trái cây.**
Yaw	*Ben an nyèw rah-oo vàh jái kay.*
Because	Ben eats a lot of vegetables and fruit.

Do	**Ben chạy bộ hàng ngày.**
Yaw	*Ben chạh-ee bọh hàhng ngàh-ee.*
Because	Ben jogs every day.

Do	**Ben nấu ăn mỗi ngày.**
Yaw	*Ben nóh-oo an mõh-ee ngàh-ee.*
Because	Ben cooks each day.

Pattern Practice 2

- How many hours do you sleep every night?

Ben	**ngủ**	**mấy**	**tiếng**	**mỗi**	**tối?**
Ben	*ngỏo*	*máy*	*tyéng*	*mõh-ee*	*tóh-ee?*
Ben	sleeps	how many	hours	each	night?

Ben	**ăn**	**mấy**	**bữa**	**mỗi**	**ngày?**
Ben	*an*	*máy*	*būh-a*	*mõh-ee*	*ngàh-ee?*
Ben	eats	how many	meals	each	day?

Ben	**chạy bộ**	**mấy**	**lần**	**mỗi**	**tháng?**
Ben	*chạh-ee bọh*	*máy*	*lùn*	*mõh-ee*	*tháhng?*
Ben	jogs	how many	times	each	month?

- Eight hours.

Tám	**tiếng.**
Táhm	*tyéng.*
Eight	hours.

Ba	**bữa.**
Bah	*būh-a.*
Three	meals.

Sáu	**lần.**
Sáh-oo.	*lùn.*
Six	times.

EXERCISE SET 3
Practice the following conversations.

Alex: What's your secret to good health?
Alice: I play tennis twice a week and go swimming three times a week.

Natalie: What's the secret to losing weight?
Frank: Jogging and swimming every day.

EXERCISE SET 4
Practice the following conversations.

Peggy: How many times a week do you play basketball?
Eddy: Once or twice a week.

Gray: How many times a week do you go to the gym?
Addie: Every day.

CHAPTER 11
At the Bank

Jane needs to open checking and savings accounts, while Ben has to deposit and change money. In this chapter we will practice how to ask bank tellers to help with banking matters.

🎧 :DIALOGUE 1: **Opening a Bank Account**

Jane is talking with a bank teller about opening some bank accounts.

Bank Teller:	**Chào chị.**
	Chòw chẹe.
	Hello.
Jane:	**Chào anh. Tôi muốn mở một tài khoản tiết kiệm.**
	Chòw aing. Toh-ee moo-óhn mủh mọht tài khwảhn tyét kyẹm.
	Hi. I'd like to open a savings account.
Bank Teller:	**Chị muốn gửi vào bao nhiêu tiền?**
	Chẹe moo-óhn gủh-ee vòw bow nyew tyèn?
	How much do you want to deposit?
Jane:	**Năm trăm đô tiền mặt.**
	Nam jam doh tyèn mạt.
	Five hundred dollars in cash.
Bank Teller:	**Chị có đem theo giấy tờ tùy thân không?**
	Chẹe káw dem the-oo yáy tùh twèe thun khohyng?
	Do you have any identification?
Jane:	**Tôi có hộ chiếu và thẻ ngoại kiều với địa chỉ hiện tại.**
	Toh-ee káw họh chyéw vàh thẻ ngwại kyèw vúh-ee dẹe-a chẻe hyện tại.
	I have my passport and my alien registration card with my current address.
Bank Teller:	**Tốt lắm. Xin chị điền và ký vào mẫu đơn này.**
	Tóht lám. Seen chẹe dyèn vàh kée vòw mõh-oo duhn nàh-ee.
	Very good. Please fill this form out and then sign it.
Jane:	**Còn gì nữa không?**
	Kàwn yèe nũh-a khohng?
	Is there anything else?
Bank Teller:	**Dạ xong rồi. Chị có cần gì nữa không?**
	Yạh sawng ròh-ee. Chẹe káw kùn yèe nũh-a khohng?
	It's done. Do you need anything else?

Jane: **Tôi cũng muốn mở một tài khoản giao dịch.**
Toh-ee kõong moo-óhn mủh mọht tài khwảhn yow yẹek.
I also want to open a checking account.

Bank Teller: **Dạ được. Xin chị chờ một lát. Và đây là thẻ rút tiền mặt của chị. Bây giờ xin chị tự chọn mã số cá nhân trên bàn phím này.**
Yạh dụh-ak. Seen chẹe chùh mọht láht. Vàh day lành thẻ róot tyền mạt kỏo-a chẹe. Bay yùh seen chẹe tụh chạwn mãh sóh káh nyun jayn bàhn féem nàh-ee.
Sure. Please wait a moment. And here is your ATM card. Now please choose your PIN on this keyboard.

Jane: **Tôi phải chọn mấy số mới an toàn?**
Toh-ee fải chạwn máy sóh múh-ee ahn twàhn?
How many digits do I have to select to be safe?

Bank Teller: **Sáu số cũng được rồi.**
Sáh-oo sóh kõong dụh-ak rồi-ee.
Six digits will be fine.

Jane: **Bây giờ tôi có thể rút tiền được rồi, phải không?**
Bay yùh toh-ee káw thẻh róot tyền dụh-ak rồi-ee, fải khohng?
I can withdraw some money now, is that right?

Bank Teller: **Dạ, chị có thể đến máy rút tiền tự động nào cũng được.**
Yạh, chẹe káw thẻh dáyn máh-ee róot tyền tụh dọhng nòw kõong dụh-ak.
Yes, you can go to any ATM.

Jane: **Cám ơn anh.**
Káhm uhn aing.
Thank you.

Bank Teller: **Dạ không có chi. Chào chị.**
Yạh khohng káw chee. Chòw chẹe.
You're welcome. Goodbye.

New Vocabulary 1

mở	*mủh*	open *(verb)*
tài khoản	*tài khwảhn*	account
tiết kiệm	*tyét kyẹm*	savings
gửi vào	*gủh-ee vòw*	deposit *(verb)*
đô	*doh*	dollar
tiền mặt	*tyèn mạt*	cash *(noun)*
đem theo	*dem the-oo*	bring along
giấy tờ tùy thân	*yáy tùh twèe thun*	identification papers
hộ chiếu	*họh chyéw*	passport
thẻ	*thẻ*	card
thẻ ngoại kiều	*thẻ ngwại kyèw*	alien registration card
địa chỉ	*dẹe-a chẻe*	address
hiện tại	*hyẹn tại*	current
điền	*dyèn*	fill out
ký	*kée*	sign *(verb)*
mẫu đơn	*mõh-oo duhn*	form *(noun)*
gì nữa	*yèe nũh-a*	anything else
xong rồi	*sawng ròh-ee*	done, finished
giao dịch	*yow yẹck*	checking
rút tiền	*róot tyèn*	withdraw money
thẻ rút tiền mặt	*thẻ róot tyèn mạt*	ATM card
tự	*tụh*	oneself
chọn	*chạwn*	select
mã số cá nhân	*mãh sóh káh nyun*	PIN
bàn phím	*bàhn féem*	keyboard
an toàn	*ahn twàhn*	safe
có thể … được	*káw thẻh … dụh-ak*	can *(emphatic)*
phải không?	*fải khohng?*	is that right?
máy rút tiền tự động	*máh-ee róot tyèn tụh dọhng*	ATM
thẻ cư trú	*thẻ kuh jóo*	a residence card

Pattern Practice 1

- Do you have any identification?

Chị	có	đem theo	giấy tờ tùy thân	không?
Chẹe	*káw*	*dem thọ oo*	*yáy tùh twừc thun*	*khohng?*
You	yes	bring along	papers identification	no?

- I have my passport.

Tôi	có	hộ chiếu.
Toh-ee	*káw*	*họh chyéw.*
I	have	a passport.

Tôi	có	bằng lái.
Toh-ee	*káw*	*bàng lái.*
I	have	a driver's license.

Tôi	có	thẻ cư trú.
Toh-ee	*káw*	*thẻ kuh jóo.*
I	have	a residence card.

GRAMMAR NOTE   The Word Mới = "Just" or "Then"

Mới (*múh-ee*), or "just (a short time ago)" when between a subject and verb of a sentence, can also link clauses and phrases, and means "then" or "consequently".

Pattern Practice 2

- How many digits do I have to select to be safe?

Tôi phải	chọn	mấy	số	mới	an toàn?
Toh-ee fải	*chạwn*	*máy*	*sóh*	*múh-ee*	*ahn twàhn?*
I have to	select	how many	digits	then	safe?

Tôi phải	chờ	mấy	ngày	mới	nhận được thẻ?
Toh-ee fải	*chùh*	*máy*	*ngàh-ee*	*múh-ee*	*nyụn dụh-ak thẻ?*
I have to	wait	how many	days	then	receive card?

Tôi phải	điền	mấy	mẫu đơn	mới	xong thủ tục?
Toh-ee fải	*dyèn*	*máy*	*mõh-oo duhn*	*múh-ee*	*sawng thỏo tọok?*
I have to	fill out	how many	forms	then	finish procedure?

- Six digits will be fine.
  Sáu số cũng được rồi.
  Sáh-oo sóh kõong dụh-ak ròh-ee.
  Six digits also okay already.
  Khoảng năm ngày làm việc.
  Khwảhng nam ngàh-ee làhm vyẹk.
  About five days business.

Hai mẫu đơn thôi.

Hai mõh-oo duhn thoh-ee.

Two forms only.

EXERCISE SET 1

Practice the following conversation:

You: Hello. (She is younger than your parents.)
Bank Teller: Do you have any identification?
You: I have my residence card and my passport.
Bank Teller: Very good. Now please fill out and sign this form.

EXERCISE SET 2

Practice the following conversation:

You: How many forms do I have to fill out to complete the procedure?
Bank Teller: Only two.
You: Very good.
Bank Teller: Here is your cash card. Now please select your PIN on this keyboard.
You: How many digits should I select to be safe?
Bank Teller: Six will be fine.

🎧 ┈┈┈┈┈┈┈┈┈┈ **DIALOGUE 2** ┈┈┈┈┈┈┈┈┈┈ **Depositing & Exchanging Money**

Ben is talking with a bank teller.

Bank Teller:	**Chào anh.**
	Chòw aing.
	Hello.
Ben:	**Chào chị. Tôi muốn gửi số tiền này vào tài khoản tiết kiệm.**
	Chòw chẹe. Toh-ee moo-óhn bảw sóh tyèn nàh-ee vòw tài khwảhn tyét kyẹm.
	Hi. I'd like to deposit this sum of money into my savings account.
Bank Teller:	**Xin anh cho xem thẻ rút tiền mặt.**
	Seen aing chaw sem thẻ róot tyèn mạt.
	Please let me see your ATM card.
Ben:	**Xin lỗi chị. Tôi quên đem theo thẻ. Có cách nào chị giúp tôi được không?**
	Seen lỗh-ee chẹe. Toh-ee kwayn dem the-oo thẻ. Káw káik nòw chẹe yóop toh-ee dụh-ak khohng?
	I'm sorry. I forgot to bring my card. Is there any way you can help me?
Bank Teller:	**Anh có thể cho xem giấy tờ tùy thân.**
	Aing káw thẻh chaw sem yáy tùh twèe thun.
	Please show me your identification papers. (Literally, "You can show me ….")
Ben:	**Tôi có thể cư trú.**
	Toh-ee káw thẻ cuh jóo.
	I have my residence card.
Bank Teller:	**Thẻ cư trú cũng được. Bây giờ xin anh điền vào mẫu đơn này.**
	Thẻ kuh jóo kõong dụh-ak. Bay yùh seen aing dyèn vòw mõh-oo duhn nàh-ee.
	Your residence card will be fine. Now please fill out this form.

The bank teller proceeds to count the money.

Bank Teller:	**Hai trăm đô, phải không?**
	Hai jam doh, fải khohng?
	Two hundred dollars, is that right?
Ben:	**Phải. À này, hối suất hôm nay là bao nhiêu?**
	Fải. Àh nàh-ee, hóh-ee swút hohm nah-ee lài bow nyew?
	Right. By the way, what's the exchange rate today?

Bank Teller:	**Hai mươi mốt ngàn đồng cho một đô.**
	Hai muh-a-ee móht ngàhn dòhng chaw mọht doh.
	Twenty-one thousand *dong* to the dollar.
Ben:	**Phải. Tôi muốn đổi một trăm đô.**
	Fải. Toh-ee moo-óhn dỏh-ee mọht jam doh.
	Right. I'd like to exchange one hundred dollars.
Bank Teller:	**Dạ đây. Xin anh đếm lại tiền xem có đủ chưa.**
	Yạh day. Seen aing dáym lại tyèn sem káw dỏo chuh-a.
	Here you are. Please count the money and make sure that it's all there.
Ben:	**Tốt lắm. Đủ cả.**
	Tóht lám. Dỏo kảh.
	Very good. It's all there.
Bank Teller:	**Anh cần gì nữa không?**
	Aing kùn yèe nũh-a khohng?
	Do you need anything else?
Ben:	**Cho tôi xin biên lai.**
	Chaw toh-ee seen byen lai.
	I'd like a receipt, please.
Bank Teller:	**Dạ đây. Cám ơn anh đã đến ngân hàng này.**
	Yạh day. Káhm uhn aing dãh dáyn ngun hàhng này-ee.
	Here you are. Thanks for coming to this bank.
Ben:	**Không có chi. Chào chị.**
	Khohng káw chee. Chòw chẹe.
	You're welcome. Goodbye.

New Vocabulary 2

số tiền	*sóh tyèn*	sum of money
quên	*kwayn*	forget
phải	*fải*	right, correct
hối suất	*hóh-ee swút*	exchange rate
đổi	*dỏh-ee*	exchange *(verb)*
đếm lại	*dáym lại*	count
xem	*sem*	see if, make sure
biên lai	*byen lai*	receipt
chuyển tiền	*chwẻn tyèn*	transfer money
nhận tiền	*nyụn tyèn*	receive money
lệ phí	*lẹh fée*	fee

Pattern Practice 1

- I forgot to bring my card. Is there any way you can help me?
Tôi quên đem theo thẻ. Có cách nào chị giúp tôi được không?
Toh-ee kwayn dem the-oo thẻ. Káw káik nòw chẹe yóop toh-ee dụh-uk khohng?
I forgot bring along card. There is way which you can help me no?

Hộ chiếu của tôi bị ăn cắp. Có cách nào chị giúp tôi được không?
Họh chyéw kỏo-a toh-ee bẹe an káp. Káw káik nòw chẹe yóop toh-ee dụh-ak khohng?
Passport of I passive voice marker stolen. There is way which you can help me no?

Tôi mất giấy tờ tùy thân. Có cách nào chị giúp tôi được không?
Toh-ee mút yáy tùh twèe thun. Káw káik nòw chẹe yóop toh-ee dụh-ak khohng?
I lost papers identification. There is way which you can help me no?

- Please show me your identification papers.

Anh có thể	**cho xem giấy tờ tùy thân.**
Aing káw thẻh	*chaw sem yáy tùh twèe thun.*
You can	show papers identification.

Anh có thể	**dùng thẻ cư trú hoặc thẻ ngoại kiều.**
Aing káw thẻh	*yòong thẻ cuh jóo hwạk thẻ ngwại kyèw.*
You can	use card residence or card alien registration.

Anh có thể	**nói chuyện với giám đốc quản lý ngân hàng.**
Aing káw thẻh	*nóy chwyẹn vúh-ee yáhm dóhk kwảhn lée ngun hàhng.*
You can	talk with manager bank.

Pattern Practice 2

- Please count the money and make sure that it's all there.

Xin đếm lại tiền	**xem**	**có đủ chưa.**
Seen dáym lại tyèn	*sem*	*káw dỏo chuh-a.*
Please count money	see if	there is all yet.

Xin kiểm tra lại giấy tờ	**xem**	**có thiếu gì không.**
Seen kyểm jah lại yáy tùh	*sem*	*káw thyéw yèe khohng.*
Please look over papers	see if	there is missing anything no.

Xin nhìn lại các mẫu đơn	**xem**	**đã ký hết chưa.**
Seen nhèen lại káhk mõh-oo duhn	*sem*	*dãh kée háyt chuh-a.*
Please look at plural marker form	see if	past tense marker sign all yet.

- It's all there.
  Đủ cả.
  Dỏo kảh.
  Enough all.

  Còn thiếu thẻ cư trú.
  Kàwn thyéw thẻ kuh jóo.
  Still missing card residence.

  Ký hết rồi.
  Kée háyt ròh-ee.
  Sign all already.

EXERCISE SET 3
Practice the following conversation.

You:	I'd like to deposit four hundred dollars into my savings account.
Bank Teller:	Do you have any identification?
You:	I'm sorry. I forgot to bring my identification papers. Is there any way you can help me?
Bank Teller:	You can talk with the bank manager.

EXERCISE SET 4
Practice the following conversation.

You:	What's the exchange rate today?
Bank Teller:	Twenty-four thousand *dong* to the dollar.
You:	I'd like to exchange two hundred dollars.
Bank Teller:	Do you have your cash card?
You:	I'm sorry. I forgot to bring it, but I have my passport.
Bank Teller:	Very good. Now please fill out this form ... Here's the money. Please count it and make sure that it's all there.
You:	Very good. It's all there. I'd like a receipt, please.

Chào anh Quý.
Vợ chồng anh có khỏe không?
Thứ bảy này, nếu anh chị rảnh
tôi xin mời anh chị đi ăn tối ở Nhà
Hàng Ngon. Lâu rồi chúng ta chưa
có dịp gặp nhau. Cám ơn anh
và mong thư của anh.
Thân mến,
Jane.

"Hi Quy. How are you and your wife
doing? This Saturday, if both of you
are free, I would like to invite you
to have dinner at Ngon Restaurant.
We haven't had the chance to meet
for so long. Thank you and hope
to hear from you soon.
Affectionately,
Jane.'

CHAPTER 12

Email and Texting

Jane and Ben keep in touch with people in Vietnam mostly by phone and texting, and occasionally via email. In this chapter we will practice the language used when writing an email and texting.

🎧 | DIALOGUE 1 | **An Email Dinner Invitation**

Jane has written a dinner invitation to a friend in Vietnamese and is now asking Hoa for her opinion of the email.

Jane: **Jane cần ý kiến của Hoa về email này.**
Jane kùn ée kyén kỏo-a Hwah vèh email nàh-ee.
I need your opinion of this email.

Hoa: **Sẵn sàng.**
Sẵn sàhng.
Okay.

Jane: **Để Jane đọc cho Hoa nghe.**
Dẻh Jane dạwk chaw Hwah nge.
Let me read it to you.

Hoa: **Jane đọc đi.**
Jane dạwk dee.
Go ahead.

Jane: **Chào anh Quý. Vợ chồng anh có khỏe không? Thứ bảy này, nếu anh chị rảnh tôi xin mời anh chị đi ăn tối ở Nhà Hàng Ngon. Lâu rồi chúng ta chưa có dịp gặp nhau. Cám ơn anh và mong thư của anh. Thân mến, Jane.**
Chòw aing Kwée. Vụh chòhng aing káw khwẻ khohng? Thúh bẳh-ee nàh-ee, náy-oo aing chẹe rảing toh-ee seen mùh-ee aing chẹe dee an tóh-ee ủh Nyàh Hàhng Ngawn. Loh-oo ròh-ee chóong tah chuh-a káw yẹep gạp nyah-oo. Káhm uhn aing vàh mawng thuh kỏo-a aing. Thun máyn, Jane.
"Hi Quy. How are you and your wife doing? This Saturday, if both of you are free, I would like to invite you to have dinner at Ngon Restaurant. We haven't had the chance to meet for so long. Thank you and hope to hear from you soon. Affectionately, Jane."

Hoa: **Thư viết hay quá! Ai giúp Jane viết vậy?**
Thuh vyét hah-ee kwáh! Ai yóop Jane vyét vạy?
It's such a good letter! Who helped you write it?

Jane: **Jane phải tra tự điển cả tiếng đồng hồ.**
         Jane fải jah tụh dyển kảh tyéng dòhng hòh.
         I had to look up words in the dictionary for a full hour.

Hoa: **Tốt lắm rồi. Jane có thể gửi đi.**
         Tóht lám ròh-ee. Jane káw thểh gửh-ee dee.
         It's very good already. Just go ahead and send it.

The next day Jane sees Hoa again.

Hoa: **Anh Quý trả lời Jane chưa?**
         Aing Kwée jảh lùh-ee Jane chuh-a?
         Has Quy responded to your email yet?

Jane: **Rồi. Đây là thư trả lời của anh ấy. Có vài chữ Jane không hiểu, nhưng Jane sẽ ráng dịch cho Hoa nghe nhé.**
         Ròh-ee. Day lài thuh jảh lùh-ee kỏo-a aing áy. Káw vài chũh Jane khohng hyểw, nyuhng Jane sẽ ráhng yẹek chaw Hwah nge nýe.
         Yes. Here is his response. There are some words I don't quite understand, but I will try to translate the whole thing, okay?

         Chị Jane thân mến. Cám ơn chị, vợ chồng tôi vẫn khỏe. Chúng tôi cũng cám ơn chị đã mời chúng tôi đi ăn tối vào thứ bảy này. Rất tiếc là chúng tôi phải đi ăn cưới. Hay là chúng ta đi ăn vào tối chủ nhật. Chị nghĩ sao? Mong thư của chị. Thân mến, Quý. Tái bút: Tôi gửi kèm tấm hình chúng ta chụp chung ở hội nghị tại Đà Lạt.
         Chẹe Jane thun máyn. Káhm uhn chẹe, vụh chòhng toh-ee vũn khwẻ. Chóong toh-ee kõong káhm uhn chẹe dãh mùh-ee chóong toh-ee dee an tóh-ee vòw thúh bảh-ee nàh-ee. Rút tyék lài chóong toh-ee fải dee an kúh-a-ee. Hah-ee lài chóong tah dee an vòw tóh-ee chỏo nhụt. Chẹe ngẽe sow? Mawng thuh kỏo-a chẹe. Thun máyn, Kwée. Tái bóot: Toh-ee gửh-ee kèm túm hèeng chóong tah chọop choong ủh họh-ee ngẹe tại Dàh Lạht.
         "Dear Jane. We are fine, thank you. We also would like to thank you for inviting us to dinner this coming Saturday. Too bad we have to attend a wedding. We could have dinner on Sunday. What do you think? Hope to hear from you soon. Affectionately, Quy. P.S. I am attaching the picture we took together at the conference in Dalat."

New Vocabulary 2

ý kiến	*ée kyén*	opinion
sẵn sàng	*sãn sàhng*	willing
dịp	*yẹep*	chance
mong	*mawng*	look forward to
thư	*thuh*	letter
thân mến	*thun máyn*	dear, affectionately
ai	*ai*	who
tra	*jah*	look up (a word)
tự điển	*tụh dyẻn*	dictionary
gửi	*gủh-ee*	send
trả lời	*jảh lùh-ee*	reply
chữ	*chũh*	word
hiểu	*hyẻw*	understand
ráng	*ráhng*	try
dịch	*yẹek*	translate
rất tiếc là ...	*rút tyék làh ...*	too bad ...
cưới	*kúh-a-ee*	wedding
ăn cưới	*an kúh-a-ee*	attend a wedding
gửi kèm	*gủh-ee kèm*	attach
tấm	*túm*	classifier for pictures
hình	*hèeng*	picture
chụp	*chọop*	take (a picture)
chung	*choong*	together
hội nghị	*họh-ee ngẹe*	conference

GRAMMAR NOTE   ## The Question Word Ai = "Who?"

The question word **ai** (*ai*) "who/whom" can occur both at the beginning of the question and at the end of it. When it occurs at the beginning of a question, it is equivalent to the English subject form "who". For example, **Ai gặp Jane?** (*Ai gặp Jane?*) means "Who met Jane?" However, when it occurs at the end of a question, it is equivalent to the English object form "whom". For example, **Jane gặp ai?** (*Jane gặp ai?*) means "Whom did Jane meet?"

Pattern Practice 1

- It's such a good letter! Who helped you write it?

Thư viết hay quá!		**Ai**	**giúp Jane viết**	**vậy?**
Thuh vyét hah-ee kwáh!		*Ai*	*yóop Jane vyét*	*vạy?*
Letter write well so!		Who	helped Jane write	*vậy?*

Có tiếng điện thoại reng!		**Ai**	**gọi mình vào giờ này?**
Káw tyéng dyẹn thwại reng!		*Ai*	*gọy mèeng vòw yùh nàh-ee?*
The phone's ringing!		Who	is calling us at this hour?

Hoa sẽ bay ra Huế tối nay!	**Ai**	**sẽ đưa Hoa ra phi trường?**
Hwah sẽ bah-ee rah Hwéh tóh-ee nah-ee!	*Ai*	*sẽ duh-a Hwah rah fee jùh-ang?*
Hoa will fly to Hue tonight!	Who	will drive Hoa to airport?

- I had to look up words in the dictionary for a full hour.

Jane phải tra tự điển cả tiếng đồng hồ.
Jane fải jah tụh dyẻn kảh tyéng dòhng hòh.
Jane had to look up words dictionary whole hour (of) the clock.

Chắc là Hoa hoặc Huy.
Chák là Hwah hwạk Hwee.
Perhaps (is) Hoa or Huy.

Đừng lo! Hoa sẽ gọi xe tắc xi.
Dùhng law! Hwah sẽ gọy se ták see.
Don't worry! Hoa will call taxi.

Pattern Practice 2

- We could have dinner on Sunday. What do you think?

Hay là	**chúng ta đi ăn vào tối chủ nhật.**	**Chị**	**nghĩ sao?**
Hah-ee là	*chóong tah dee an vòw tóh-ee chỏo nhụt.*	*Chẹe*	*ngẽe sow?*
Or	we go eat on night Sunday.	You	think how?

Hay là	**mời anh đến văn phòng chiều nay.**	**Anh**	**nghĩ sao?**
Hah-ee là	*mùh-ee aing dáyn van fàwng chyèw nah-ee.*	*Aing*	*ngẽe sow?*
Or	invite you come office afternoon this.	You	think how?

Hay là	**mình tổ chức tiệc sinh nhật cho Hoa.**	**Ben**	**nghĩ sao?**
Hah-ee là	*mèeng tỏh chúhk tyẹk seeng nyụt chaw Hwah.*	*Ben*	*ngẽe sow?*
Or	we organize party birthday for Hoa.	Ben	think how?

Tối chủ nhật rất tiện cho tôi.
Tóh-ee chỏo nyụt rút tyẹn chaw toh-ee.
Sunday night will be quite convenient for me.

Chiều nay tôi rất bận. Ngày mai được không?
Chyèw nah-ee toh-ee rút bụn. Ngàh-ee mai dụh-ak khohng?
Afternoon this I very busy. Tomorrow okay no?

Đó là ý kiến hay!
Dáw lành ée kyén hah-ee!
That is idea good!

EXERCISE SET 1
Practice the following conversations.

Sheila: Who's having dinner with us on Friday night?
Sam: Jane and Ben.

Henry: Who will drive you to the aiport?
Ian: Don't worry. I will take a bus.

Regina: Who's invited us to lunch on Sunday?
Pam: Hoa's parents.

EXERCISE SET 2
Practice the following conversations.

Chris: We could walk to the beach. What do you think?
Dana: Sure. It takes only ten minutes to walk there from the hotel.

Tom: You could go to the bank tomorrow. What do you think?
Brett: I'm busy tomorrow. I must go there now.

Jane: We could visit Hoa's parents this coming weekend.
Ben: That's a good idea.

🎧 **DIALOGUE 2** **Deciphering a Text Message**

Ben has just received a text message from a Vietnamese friend. He finds many of the words hard to understand. He now asks Huy to explain the language used in the message.

Ben: **Ben mới nhận tin nhắn này trên điện thoại di động mà Ben không hiểu.**
           Ben múh-ee nyụn teen nyán nàh-ee jayn dyẹn thwại yee dọhng màh Ben khohng hyểw.
           I just received this text message on my cell phone, but I don't quite understand it.

Huy: **Để Huy giúp cho.**
           Dẻh Hwee yóop chaw.
           Let me help you.

Ben: **Đây, Huy đọc đi.**
           Day, Hwee dạwk dee.
           Here, please read it for me.

The text message: **Chìu nay N Ben mún dj en kem zúi E ko? Bi h múi mừi h sáng zà E kòn dag lùm zịk túi bụi lun. Nhug E lun lun ngĩ túi A zà mog cho thời jan wa mau. E iu A wá trời lun!**

Huy's Translation: **Chiều nay anh Ben muốn đi ăn kem với em không? Bây giờ mới mười giờ sáng và em còn đang làm việc túi bụi luôn. Nhưng em luôn luôn nghĩ tới anh và mong cho thời gian qua mau. Em yêu anh quá trời luôn!**
           Chyèw nah-ee aing Ben moo-óhn dee an kem vúh-ee em khohng? Bay yùh múh-ee mùh-a-ee yùh sáhng vàh em kàwn dahng làhm vyẹk tóo-ee bọo-ee loo-ohn. Nyuhng em loo-ohn loo-ohn ngẽe túh-ee aing vàh mawng chaw thùh-ee yahn kwah mah-oo. Em yee-oo aing kwáh jùh-ee loo-ohn!
           "Do you want to go eat ice cream with me this afternoon? Now it's only 10 am and I am working like crazy. But I always think about you and wish that time would pass by quickly. I love you so much!"

Huy: **Hóa ra Ben đã có bạn gái rồi à?**
           Hwáh rah Ben dãh káw bạhn gái rồh-ee àh?
           So you have a girlfriend already, Ben?

Ben: **Không phải đâu. Cô ấy chọc Ben đó.**
           Khohng fải doh-oo. Koh áy chạwk Ben dáw.
           No way. She's only teasing me.

Huy: **Làm sao Ben biết là cô ấy đang chọc Ben?**
        Làhm sow Ben byét làh koh áy dahng chạwk Ben?
        How do you know that she's teasing you?

Ben: **Ben đoán vậy thôi.**
        Ben dwáhn vạy thoh-ee.
        I'm only guessing.

New Vocabulary 2

nhận	*nyụn*	receive
tin nhắn	*teen nyán*	text message
di động	*yee dọhng*	mobile
hiểu	*hyểw*	understand
làm việc túi bụi luôn	*làhm vyẹk tóo-ee bọo-ee loo-ohn*	work like crazy
nghĩ tới	*ngẽe túh-ee*	think about
mong cho	*mawng chaw*	wish
thời gian	*thừh-ee yahn*	time
qua	*kwah*	pass by
mau	*mah-oo*	quickly
yêu	*ee-oo*	love (*verb*)
quá trời luôn	*kwáh jùh-ee loo-ohn*	so much
hóa ra	*hwáh rah*	so, it turns out that
đã	*dãh*	already
bạn gái	*bạhn gái*	girlfriend
à?	*àh?*	true?
không phải đâu	*khohng fải doh-oo*	no way
chọc	*chạwk*	tease
đó	*dáw*	only
làm sao	*làhm sao*	how

CULTURAL NOTE   **Texting Lingo**

Young adults in Vietnam add new words to their chat/text language every day, so it isn't easy to keep up with it all. Here is just an example of how creative they might be. In this text message, the author cuts out letters to reflect his/her own pronunciation of many words but still uses some conventional ones such as **N** for "**anh**", **E** for "**em**", the English word **h**(our) for **giờ**, and **ko** for "**không**".

GRAMMAR NOTE   **The Question Word À = Confirming Information**

The question word **à?** (*àh?*) "true?" is usually used to confirm information that we already know, and not to elicit new information.

GRAMMAR NOTE — The Word Đã = Past Tense Marker or Emphasis Marker

The word **đã** (*dãh*) has two different uses depending on the context. When used with an active verb, it serves as a past tense marker. For instance, in the sentence **Tôi đã mua cuốn sách này** (*Toh-ee dãh moo-a koo-óhn sáik nài-ee*) "I bought this book", **đã** functions as a past tense marker. However, when used with a stative verb, it is merely used to give emphasis. For example, in the sentence **Tôi đã có cuốn sách này** (*Toh-ee dãh káw koo-óhn sáik nài-ee*) "I already have this book", **đã** or "already" makes the sentence more emphatic. **Đã** differs from **rồi** (*rồh-ee*) "already" in that it comes before a stative verb, while **rồi** comes at the end of the sentence. Both of these words can be used in the same sentence for greater emphasis.

Pattern Practice 1

- So you have a girlfriend already, Ben?

Hóa ra	Ben	đã	có bạn gái rồi	à?
Hwáh rah	*Ben*	*dãh*	*káw bạhn gái rồh-ee*	*à?*
So	Ben	already	have girlfriend already	really?

Hóa ra	họ	đã	được sáu mươi tuổi rồi	à?
Hwáh rah	*hạw*	*dãh*	*dụh-ak sáh-oo muh-a-ee too-ỏh-ee rồh-ee*	*à?*
So	they	already	sixty years old already	really?

Hóa ra	anh ấy	đã	có con rồi	à?
Hwáh rah	*aing áy*	*dãh*	*káw kawn rồh-ee*	*à?*
So	he	already	have a child already	really?

- No way. She's only teasing me.

Không phải đâu.	**Cô ấy chọc Ben đó.**
Khohng fải doh-oo.	*Koh áy chạwk Ben dáw.*
No way.	She teases Ben only.

Không phải đâu.	**Họ nói đùa thôi.**
Khohng fải doh-oo.	*Hạw nóy dòo-a thoh-ee.*
No way.	They are joking only.

Không phải đâu.	**Anh ấy đang ẵm một đứa bé hàng xóm.**
Khohng fải doh-oo.	*Aing áy dahng ãm mọht dúh-a bé hàhng sáwm.*
No way.	He is carrying a neighbor's baby.

Pattern Practice 2

- How do you know that she is teasing Ben?

Làm sao	**Ben**	**biết là**	**cô ấy đang chọc Ben?**
Làhm sow	*Ben*	*byét làh*	*koh áy dahng chạwk Ben?*
How	Ben	know that	she is teasing Ben?

Làm sao	**chị**	**biết là**	**họ nói đùa?**
Làhm sow	*chẹe*	*byét làh*	*hạw nóy dòo-a?*
How	you	know that	they are joking?

Làm sao	**anh**	**biết là**	**đó là một đứa bé hàng xóm?**
Làhm sow	*aing*	*byét làh*	*dáw làh mọht dúh-a bé hàhng sáwm?*
How	you	know that	that is a neighbor's baby?

- I'm only guessing.
  Ben đoán vậy thôi.
  Ben dwáhn vạy thoh-ee.
  Ben guess so only.

  Họ cho tôi xem thẻ cư trú của họ.
  Hạw chaw toh-ee sem thẻ cuh jóo kỏo-a hạw.
  They let me see residence card of them.

  Tôi và anh ấy là bạn cùng phòng.
  Toh-ee vàh aing áy làh bạhn kòong fàwng.
  I and he are roommates.

EXERCISE SET 3
Try to interpret the following text messages:

1. Ch Jane, Ch ngủ ch? Tại sao Ch ko jả lùi dt? Chìu mai tụi mìn dj uog nc nhe. Xog rùi dj koi fim lun. Fim hay lém.
2. A Ben, A khỏe ko? Chủ nhụt này A kó rảg ko? E mún mời A dj ăn túi, lúk tém jờ. Nhớ jả lùi cho E bít.

EXERCISE SET 4
Practice the following conversations.

Sue: So they have a cell phone already?
Ted: No way. They just asked me to help them buy one yesterday.

Tom: How do you know that she has that book already?
Laura: I bought it for her last week.

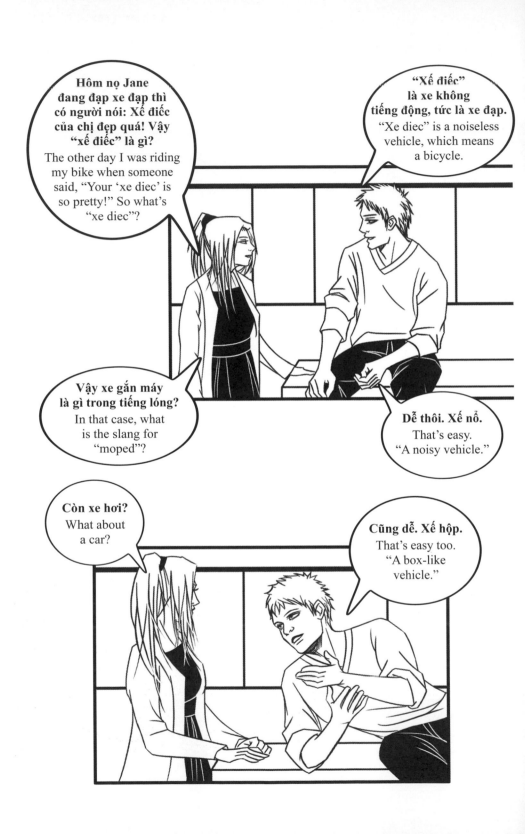

CHAPTER 13
Colloquial Language and Slang

Jane and Ben are very curious about colloquial language and slang. They want Hoa and Huy to teach them some expressions frequently used by young adults. In this chapter we will learn some of these idioms.

🎧 ⋮**DIALOGUE 1**⋮ **Slang Used for Vehicles & Phones**

One day Jane sits down with Huy and asks him to teach her some colloquial language and slang frequently used by young adults.

Jane:	**Hôm nọ Jane đang đạp xe đạp thì có người nói: Xế điếc của chị đẹp quá! Vậy "xế điếc" là gì?**
	Hohm nạw Jane dahng dạhp se dạhp thèe káw ngùh-a-ee nóy: Séh dyék kỏo-a chẹe dẹp kwáh! Vạy "séh dyék" lành yèe?
	The other day I was riding my bike when someone said, "Your 'xe diec' is so pretty!" So what's "xe diec"?
Huy:	**"Xế điếc" là xe không tiếng động, tức là xe đạp.**
	"Séh dyék" lành se khohng tyéng dọhng, túhk lành se dạhp.
	"Xe diec" is a noiseless vehicle, which means a bicycle.
Jane:	**Vậy xe gắn máy là gì trong tiếng lóng?**
	Vạy se gán máh-ee là yèe jawng tyéng láwng?
	In that case, what is the slang for "moped"?
Huy:	**Dễ thôi. Xế nổ.**
	Yễh thoh-ee. Séh nỏh.
	That's easy. "A noisy vehicle."
Jane:	**Còn xe hơi?**
	Kàwn se huh-ee?
	What about a car?
Huy:	**Cũng dễ. Xế hộp.**
	Kõong yễh. Séh họhp.
	That's easy too. "A box-like vehicle."
Jane:	**Ha-ha! Tiếng lóng Việt Nam nghe hay quá! Còn chữ này nữa. Tuần trước Jane nghe Huy nói với Ben là Huy đang đi tìm cục gạch của Huy. "Cục gạch" hẳn phải là từ lóng trong tiếng Việt.**
	Hah-hah! Tyéng láwng Vyẹt Nahm nge hah-ee kwáh! Kàwn chũh nành-ee nũh-a. Twùn júh-ak Jane nge Hwee nóy vúh-ee Ben lành Hwee dahng de tèem kọok gạik kỏo-a Hwee. "Kọok gạik" hẳn fải lành tùh láwng jawng tyéng Vyẹt.

Ha-ha! Vietnamese slang sounds so interesting! And there's this word. Last week I overheard you telling Ben that you were looking for your brick. "Brick" must be a slang term in Vietnamese.

Huy· **Phải. "Cục gạch" được dùng để chỉ loại điện thoại di động đời cũ. Chẳng hạn như điện thoại của Huy.**
Fải. "Kọok gạik" dụh-ak yòong dẻh chẻe lwại dyẹn thwại yee dọhng dùh-ee kõo. Chẳng hạhn nyuh dyẹn thwại kỏo-a Hwee.
Right. "Brick" is used to refer to an old kind of cell phone, like mine.

New Vocabulary 1

hôm nọ	*hohm nạw*	the other day
tiếng động	*tyéng dọhng*	noise
tiếng lóng	*tyéng láwng*	slang
nổ	*nổh*	noisy
hộp	*họhp*	box
chữ	*chũh*	word
cục gạch	*kọok gạik*	brick
hẳn phải là	*hẳn fải làh*	must be
từ lóng	*tùh láwng*	slang term
dùng	*yòong*	use (*verb*)
chỉ	*chẻe*	refer to
loại	*lwại*	kind, type
đời cũ	*dùh-ee kõo*	old technology
chẳng hạn như	*chẳng hạhn nyuh*	such as

Pattern Practice 1

- What is the slang for "moped"?

Xe gắn máy	**là gì**	**trong**	**tiếng lóng?**
Se gán máh-ee	*làh yèe*	*jawng*	*tyéng láwng?*
Moped	be what	in	slang?

Bạn trai/Bạn gái	**là gì**	**trong**	**tiếng lóng?**
Bạhn jai/Bạhn gái	*làh yèe*	*jawng*	*tyéng láwng?*
Boyfriend/Girlfriend	be what	in	slang?

Nói xạo	**là gì**	**trong**	**tiếng lóng?**
Nóy sọw	*làh yèe*	*jawng*	*tyéng láwng?*
Tell lies	be what	in	slang?

- In slang, a moped is "a noisy vehicle".

Trong tiếng lóng,	**xe gắn máy**	**là**	**xế nổ.**
Jawng tyéng láwng,	*se gán máh-ee*	*làh*	*séh nổh.*
In slang,	moped	is	vehicle noisy.

Trong tiếng lóng,	**bạn trai/bạn gái**	**là**	**bồ.**
Jawng tyéng láwng,	*bạhn jai/bạhn gái*	*làh*	*bòh.*
In slang,	boyfriend/girlfriend	is	beau.

Trong tiếng lóng,	**nói xạo**	**là**	**cưa bom.**
Jawng tyéng láwng,	*nóy sọw*	*làh*	*kuh-a bawm.*
In slang,	tell lies	is	(literally) sawing bombs.

Pattern Practice 2

- "Brick" must be a slang term in Vietnamese.

"Cục gạch"	**hẳn phải là**	**từ lóng**	**trong**	**tiếng Việt.**
"Kọok gạik"	*hẳn fải là*	*tùh láwng*	*jawng*	*tyéng Vyẹt.*
"Brick"	must rightly be	term slang	in	Vietnamese.

"Bồ"	**hẳn phải là**	**từ mượn**	**từ**	**tiếng Pháp.**
"Bòh"	*hẳn fải là*	*tùh mụh-an*	*tùh*	*tyéng Fáp.*
"Beau"	must rightly be	word borrow	from	French.

"Xe díp"	**hẳn phải là**	**từ mượn**	**từ**	**tiếng Anh.**
"Se zéep"	*hẳn fải là*	*tùh mụh-an*	*tùh*	*tyéng Aing.*
"Jeep"	must rightly be	word borrow	from	English.

- Right. "Brick" is used to refer to an old kind of cell phone.

Phải.	**"Cục gạch"**	**được dùng để chỉ**	**loại điện thoại di động đời cũ.**
Fải.	*"Kọok gạik"*	*dụh-ak yòong dẻh chẻe*	*lwại dyẹn thwại yee dọhng dùh-ee kõo.*
Right.	"Brick"	passive marker is used to refer to	a kind phone mobile generation old.

Phải.	**"Bồ"**	**được dùng để chỉ**	**cả bạn trai và bạn gái.**
Fải.	*"Bòh"*	*dụh-ak yòong dẻh chẻe*	*kảh bạhn jai vàh bạhn gái.*
Right.	"Beau"	passive marker is used to refer to	both boyfriend and girlfriend.

Phải.	**"Xe díp"**	**được dùng để chỉ**	**xe quân đội.**
Fải.	*"Se zéep"*	*dụh-ak yòong dẻh chẻe*	*se kwun dọh-ee.*
Right.	"Jeep"	passive marker is used to refer to	a vehicle military.

EXERCISE SET 1

Practice the following conversations.

Jane: What is the Vietnamese slang for "splendid"?
Huy: In Vietnamese slang, "splendid" is **"bá cháy."**[1]

Jane: What is the Vietnamese slang for "of poor quality"?
Huy: In Vietnamese slang, "of poor quality" is **"cùi bắp."**[2]

Jane: What is the Vietnamese slang for "I must get going"?
Huy: In Vietnamese slang, "I must get going" is **"Tôi phải thăng."**[3]

EXERCISE SET 2

Practice the following conversations.

Jane: **"Bà tám"**[4] must be a slang term in Vietnamese.
Huy: Right. **"Bà tám"** is used to refer to a busybody.[5]

Jane: **"Đập hộp"**[6] must be a slang term in Vietnamese.
Huy: Right. **"Đập hộp"** is used to refer to a brand-new thing you just bought.[7]

Jane: **"Trùm sò"**[8] must be a slang term in Vietnamese.
Huy: Right. **"Trùm sò"** is used to refer to a miserly person.[9]

---

1   (*báh cháh-ee*).
2   (*kòo-ee báp*).
3   (*Toh-ee fǎi thang*).
4   (*Bàh táhm*).
5   "busybody" **người nhiều chuyện** (*ngùh-a-ee nyèw chwyẹn*).
6   (*Dụp họhp*).
7   Literally, "thing new buy" **thứ mới mua** (*thúh múh-ee moo-a*).
8   (*Tròom sàw*).
9   "miserly person" **người keo kiệt** (*ngùh-a-ee ke-oo kyẹt*).

🎧 **DIALOGUE 2** **Slang Used in Daily Activities**

One day Hoa invites Ben to go and have a meal with her, and she uses a slang term which Ben does not understand. This starts a whole conversation about Vietnamese slang.

Hoa: **Hôm nay mình đi ăn cơm bụi nhe?**
Hohm nah-ee mèeng dee an kuhm bọo-ee nye?
Today let's go eat "dusty rice", okay?

Ben: **Ben không hiểu.**
Ben khohng hyểw.
I don't understand.

Hoa: **Tức là ăn một bữa ăn rẻ.**
Túhk lài an mọht bũh-a an rẻ.
It means to eat a cheap meal.

Ben: **Sau đó mình đi uống cà phê và chém gió.**
Sah-oo dáw mèeng dee oo-óhng kàh feh vàh chém yáw.
After that we will go drink coffee and "slash the wind".

Hoa: **Ben giỏi tiếng Việt quá! Ben biết nhiều tiếng lóng!**
Ben yỏy tyéng Vyẹt kwáh! Ben byét nyèw tyéng láwng!
You're so good at Vietnamese. You know so much slang!

Ben: **Ben mới học từ lóng này tuần trước.**
Ben múh-ee hạwk tùh láwng nài-ee twùn júh-ak.
I just learned that last week.

Hoa: **Vậy Ben có biết bồ câu là gì không?**
Vạy Ben káw byét bòh koh-oo lài yèe khohng?
So do you know what "pigeon" means?

Ben: **Bồ câu là cảnh sát giao thông, đúng không?**
Bòh koh-oo lài kảing sáht yow thohng, dóong khohng?
"Pigeon" refers to a traffic cop, right?

Hoa: **Đúng. Ai dạy Ben từ lóng này?**
Dóong. Ai dạh-ee Ben tùh láwng nài-ee?
Right. Who taught you this?

Ben: **Hoa mới dạy cho Ben hôm qua. Hoa không nhớ hả?**
Hwah múh-ee yạh-ee chaw Ben hohm kwah. Hwah khohng nhúh hảh?
You just taught me this yesterday! Don't you remember?

Hoa: **Chắc vậy. Dạo này Hoa hay quên lắm.**
Chák vạy. Yọw nài-ee Hwah hah-ee kwayn lám.
Maybe. These days I often forget things easily.

New Vocabulary 2

cơm bụi	*kuhm bọo-ee*	dusty rice
nhe?	*nye?*	okay?
tức là	*túhk làh*	which means
bữa ăn	*būh-a an*	meal
rẻ	*rẻ*	cheap
chém gió	*chém yáw*	slash the wind (slang for "shoot the breeze")
giỏi	*yỏy*	good
bồ câu	*bòh koh-oo*	pigeon
cảnh sát giao thông	*kảing sáht yow thohng*	traffic cop
dạy	*dạh-ee*	teach
nhớ	*nyúh*	remember
hả?	*hảh?*	huh?
dạo này	*yọw nàh-ee*	these days

Other Colloquial and Slang Expressions

đi tàu suốt	*dee tàh-oo sóo-at*	take the express train	die
khoai lang	*khwai lahng*	sweet potato	Vietnamese man
khoai tây	*khwai tay*	potato	Western man
luật rừng	*lwụt rùhng*	law of the jungle	lawless
nâu đá	*noh-oo dáh*	ice brown	iced coffee with milk
nâu nóng	*noh-oo náwng*	hot brown	hot coffee with milk
quá giang	*kwáh yahng*	cross the river	hitchhike
Tây ba lô	*Tay bah loh*	West backpack	Western backpacker
xứ hoa đào	*súh hwah dòw*	country of cherry blossoms	Đà Lạt (a resort town)
sáng nắng chiều mưa	*sáhng náng chyèw muh-a*	literally, "sunny in the morning, rainy in the afternoon"	a mercurial temperament

Pattern Practice 1

- Today let's go eat dusty rice, okay?

Hôm nay mình đi ăn cơm bụi	**nhe?**
Hohm nah-ee mèeng dee an kuhm bọo-ee	*nye?*
Today let's go eat dusty rice,	okay?

Hôm nay mình đi ăn cơm bụi	**chứ?**
Hohm nah-ee mèeng dee an kuhm bọo-ee	*chúh?*
Today let's go eat dusty rice,	for sure?

Hôm nay mình đi ăn cơm bụi	**được không?**
Hohm nah-ee mèeng dee an kuhm bọo-ee	*dụh-ak khohng?*
Today let's go eat dusty rice,	possible no?

- Okay, let's go.
  Ừ, mình đi đi.
  Ùh, mèeng dee dee.
  Yes, we go let's.

  Dĩ nhiên rồi. Lâu quá mình chưa ăn như vậy.
  Yẽe nyen ròh-ee. Loh-oo kwáh mèeng chuh-a an nyuh vạy.
  Of course. We haven't eaten like that in a long time.

  Cũng được. Và mình có thể mời Jane và Huy cùng đi.
  Kõong dụh-ak. Vàh mèeng káw thẻh mùh-ee Jane vàh Hwee kòong dee.
  Also okay. And we could invite Jane and Huy together go.

CULTURAL NOTE Common Expressions in Vietnam

Many older people frown upon slang in general. They particularly dislike the following expressions, which they find completely nonsensical because the comparisons are based solely on the rhyming of the words. Still, saying these funny expressions may help break the ice or even win instant friendship.

buồn như con chuồn chuồn
boo-òhn nyuh kawn choo-òhn choo-òhn
sad as a dragonfly

chán như con gián
cháhn nyuh kawn yáhn
bored as a cockroach

ngốc như con ốc
ngóhk nyuh kawn óhk
stupid as a snail

GRAMMAR NOTE   Tag Questions

A tag question is a short word or phrase added to the end of a statement to turn the statement into a question (e.g., "It's hot outside, *isn't it*?"). In Vietnamese, there are several different ways of asking a tag question, depending on what the question is used for. For example, when we want to turn a statement into a suggestion, we use **nhe** (*nye*); when we want confirmation that what we said is true, we use **chứ** (*chúh*); and, when we want to see if a suggested activity is possible, we use **được không** (*dụh-ak khohng*).

GRAMMAR NOTE   The Word Hả = "Huh?"

The Vietnamese word **hả** (*hảh*) is a perfect equivalent of the English interjection "huh" when it occurs at the end of a sentence. Normally it is used to ask for agreement.

Pattern Practice 2

- You just taught it to me yesterday. Don't you remember?

Hoa mới dạy cho Ben hôm qua.
Hwah múh-ee yạh-ee chaw Ben hohm kwah.
Hoa just taught to Ben yesterday.

Hoa không nhớ hả?
Hwah khohng nhúh hảh?
Hoa not remember huh?

Hoa mới dạy cho Ben hôm qua.
Hwah múh-ee yạh-ee chaw Ben hohm kwah.
Hoa just taught to Ben yesterday.

Hoa quên rồi hả?
Hwah kwayn ròh-ee hảh?
Hoa forgot already huh?

Hoa mới dạy cho Ben hôm qua.
Hwah múh-ee yạh-ee chaw Ben hohm kwah.
Hoa just taught to Ben yesterday.

Hoa chọc Ben hả?
Hwah chạwk Ben hảh?
Hoa teasing Ben huh?

- Maybe. These days I often forget things easily.

Chắc vậy. Dạo này Hoa hay quên lắm.
Chák vạy. Yọw nàh-ee Hwah hah-ee kwayn lám.
Maybe so. These days I often forget easily.

Thiệt hả? Hoa chịu, không nhớ gì cả.
Thyẹt hảh? Hwah chẹw, khohng nyúh yèe kảh.
Really? Hoa gives up, cannot remember anything at all.

Không. Hoa quên thiệt đó.
Khohng. Hwah kwayn thyẹt dáw.
No. Hoa forgot truly so.

EXERCISE SET 3

Practice the following conversations.

Ben: Today let's go drink coffee and slash the wind, is that all right?
Jane: Of course, we haven't done that in a long time.

Liza: Today let's go eat dusty rice, shall we?
Art: Okay. We should invite Jane and Ben to go with us.

EXERCISE SET 4

Practice the following conversations.

Hoa: What is the Vietnamese slang for "telling lies"? Don't you remember?
Jane: I don't. I give up.
Hoa: Sawing bombs.

Huy: What is the Vietnamese slang for iced coffee?
Ben: You just taught it to me yesterday. It's brown ice.

To Access the Online Audio Recordings:

1. Check to be sure you have an internet connection.
2. Type the URL below into your web browser.
   https://www.tuttlepublishing.com/learning-vietnamese

For support, you can email us at info@tuttlepublishing.com.

English–Vietnamese Glossary

A

a little **một chút** (*mọht chóot*)
a lot **nhiều** (*nyèw*)
abdomen **bụng** (*bọong*)
ability **khả năng** (*khảh nang*)
about (*adv*) **khoảng** (*khwảhng*)
abroad (*adv*) **ngoại quốc** (*ngwại koo-óhk*)
abundant **dồi dào** (*yòh-ee yòw*)
accent **giọng** (*yạwng*)
accident **tai nạn** (*tai nạhn*)
accountant **kế toán viên** (*kéh twáhn vyen*)
accounting **ngành kế toán** (*ngàing kéh twáhn*)
accurate **chính xác** (*chéeng sáhk*)
activity **hoạt động** (*hwạht dọhng*)
actor **diễn viên** (*yẽn vyen*)
acupuncture **châm cứu** (*chum kúh-oo*)
adapt **thích ứng** (*théek úhng*)
address **địa chỉ** (*dẹe-a chẻe*)
addressee **người nhận** (*ngùh-a-ee nyụn*)
admire **hâm mộ** (*hum mọh*)
admirer **người hâm mộ** (*ngùh-a-ee hum mọh*)
adult (*n*) **người lớn** (*ngùh-a-ee lúhn*)
adventure (*n*) **phiêu lưu** (*fyew luh-oo*)
advertise **quảng cáo** (*kwảhng ków*)
advice **lời khuyên** (*lùh-ee khwen*)
advise **khuyên** (*khwen*)
affection **cảm tình** (*kảhm tèeng*)
afraid **sợ** (*sụh*)
afterward **sau đó** (*sah-oo dáw*)
again **lại** (*lại*)
age **tuổi** (*too-ỏh-ee*)
ago **cách đây** (*káik day*)
agree **đồng ý** (*dòhng ée*)
agreement **sự thỏa thuận** (*sụh thwảh thwụn*)
agriculture **nông nghiệp** (*nohng ngyẹp*)
aim (*n*) **mục tiêu** (*mọok tyew*)
air (*n*) **không khí** (*khohng khée*)
air conditioner **máy lạnh** (*máh-ee lạing*)

airlines **hãng hàng không** (*hãhng hàhng khohng*)
airmail **thư hàng không** (*thuh hàhng khohng*)
airplane **máy bay** (*máh-ee bah-ee*)
airport **phi trường** (*fee jùh-ang*)
alarm clock **đồng hồ báo thức** (*dòhng hòh bów thúhk*)
alcohol **rượu** (*rụh-oo*)
alcoholic **người nghiện rượu** (*ngùh-a-ee ngyẹn rụh-oo*)
allergy **dị ứng** (*yẹe úhng*)
alley **ngõ hẻm** (*ngãw hẻm*)
allow **cho phép** (*chaw fép*)
alone **một mình** (*mọht mèeng*)
already **rồi** (*ròh-ee*)
also **cũng** (*kõong*)
altar **bàn thờ** (*bàhn thùh*)
although **mặc dù** (*mạk yòo*)
always **luôn luôn** (*loo-ohn loo-ohn*)
ambition **tham vọng** (*thahm vạwng*)
ambulance **xe cứu thương** (*se kúh-oo thuh-ang*)
ancestor **tổ tiên** (*tỏh tyen*)
ancient **cổ xưa** (*kỏh suh-a*)
and **và** (*vàh*)
anniversary (for the dead) **ngày giỗ** (*ngàh-ee yõh*)
angry **giận** (*yụn*)
animal **thú vật** (*thóo vụt*)
ankle **mắt cá chân** (*mát káh chun*)
announce **thông báo** (*thohng bów*)
annual **thường niên** (*thùh-ang nyen*)
answer (*v*) **trả lời** (*jảh lùh-ee*)
antibiotic **thuốc trụ sinh** (*thoo-óhk jọo seeng*)
antifungal medication **thuốc trị nấm** (*thoo-óhk jẹe núm*)
antique chair **ghế cổ** (*géh kỏh*)
antique table **bàn cổ** (*bàhn kỏh*)
antiques **đồ cổ** (*dòh kỏh*)
antiseptic **thuốc khử trùng** (*thoo-óhk khủh jòong*)
apartment **nhà thuê** (*nyàh thweh*)

apologize **xin lỗi** (*seen lõh-ee*)

appear **xuất hiện** (*swút hyẹn*)

appetizer **món khai vị** (*máwn khai vẹe*)

applaud **vỗ tay** (*võh tah-ee*)

apple **trái táo** (*jái tów*)

approve **chấp thuận** (*chúp thwụn*)

architect **kiến trúc sư** (*kyén jóok suh*)

architecture **kiến trúc** (*kyén jóok*)

area **khu** (*khoo*)

argue **tranh cãi** (*jaing kãi*)

arm **cánh tay** (*káing tah-ee*)

armpit **nách** (*náik*)

arrange **sắp xếp** (*sáp sáyp*)

arrest **bắt giữ** (*bát yũh*)

arrival time **giờ đến** (*yùh dáyn*)

arriving flight **chuyến bay đến** (*chwée-an bah-ee dáyn*)

arriving train **chuyến xe lửa đến** (*chwée-an se lủh-a dáyn*)

art **nghệ thuật** (*ngẹh thwụt*)

art gallery **phòng triển lãm** (*fàwng jyẻn lãhm*)

artist **nghệ sĩ** (*ngẹh sẽe*)

ask **hỏi** (*hỏy*)

ask for directions **hỏi đường** (*hỏy dùh-ang*)

asthma **bệnh suyễn** (*bạyng swẽe-an*)

at (a certain time) **lúc** (*lóok*)

ATM **máy rút tiền tự động** (*máh-ee róot tyèn tụh dọhng*)

atmosphere **không khí** (*khohng khée*)

attorney **luật sư** (*lwụt suh*)

authentic **chính hiệu** (*chéeng hyẹw*)

author **tác giả** (*táhk yảh*)

autumn **mùa thu** (*mòo-a thoo*)

avoid **tránh** (*jáing*)

B

baby **em bé** (*em bé*)

back (*n*) **lưng** (*luhng*)

back support **băng nẹp lưng** (*bang nẹp luhng*)

backache **đau lưng** (*dah-oo luhng*)

backpack **ba lô** (*bah-loh*)

backyard **sân sau** (*sun sah-oo*)

bacteria **vi trùng** (*vee jòong*)

bacterial infection **nhiễm trùng** (*nyẽm jòong*)

bad **xấu** (*sóh-oo*)

badminton **vũ cầu** (*võo kòh-oo*)

baggage **hành lý** (*hàing lée*)

bake **nướng** (*núh-ang*)

bakery **tiệm bán bánh** (*tyẹm báhn báing*)

balloon **trái bong bóng** (*jái bawng báwng*)

bamboo **tre** (*je*)

bamboo shoot **măng** (*mang*)

ban (*v*) **cấm** (*kúm*)

banana **trái chuối** (*jái choo-óh-ee*)

bandage **băng cứu thương** (*bang kúh-oo thuh-ang*)

Band-Aid **băng cá nhân** (*bang káh nyun*)

bank **ngân hàng** (*ngun hàhng*)

bank account **tài khoản** (*tài khwảhn*)

bankrupt **phá sản** (*fáh sảhn*)

bar **quán rượu** (*kwáhn rụh-a-oo*)

barber **thợ hớt tóc** (*thụh húht táwk*)

barbershop **tiệm hớt tóc** (*tyẹm húht táwk*)

bargain **trả giá** (*jảh yáh*)

baseball **dã cầu** (*yãh kòh-oo*)

basic **căn bản** (*kan bảhn*)

basket **cái rổ** (*kái rỏh*)

basketball **bóng rổ** (*báwng rỏh*)

bathe **tắm** (*tám*)

bathroom **phòng tắm** (*fàwng tám*)

bathtub **bồn tắm** (*bòhn tám*)

battery **pin** (*peen*)

bay **vịnh** (*vẹeng*)

be **là** (*làh*)

be at, be located at **nằm ở** (*nàm ủh*)

beach **bãi biển** (*bãi byẻn*)

bean **đậu** (*dọh-oo*)

bean sprout **giá** (*yáh*)

beard **râu quai nón** (*roh-oo kwai nón*)

beat (*v*) **đánh** (*dáing*)

beautician **chuyên viên thẩm mỹ** (*chwee-an vyen thủm mẽe*)

beautiful **đẹp** (*dẹp*)

beauty salon **thẩm mỹ viện** (*thủm mẽe vyẹn*)

because **vì** (*vèe*)

become **trở thành** (*jủh thàing*)

bed **giường** (*yùh-ang*)

bedroom **phòng ngủ** (*fàwng ngỏo*)

bee **con ong** (*kawn awng*)

beef **thịt bò** (*thẹet bàw*)

beer **bia** (*bee-a*)

beggar **người ăn xin** (*ngùh-a-ee an seen*)

beige **màu cà phê sữa nhạt** (*màh-oo kàh feh sũh-a nyạht*)

begin **bắt đầu** (*bát dòh-oo*)

belief **niềm tin** (*nyèm teen*)

believe **tin** (*teen*)

belly **bụng** (*bọong*)

benefit (*n*) **lợi ích** (*lụh-ee éek*)

best friend **bạn thân nhất** (*bạhn thun nyút*)

beverage **thức uống** (*thúhk oo-óhng*)

beware of **coi chừng** (*koy chùhng*)

Bible **Kinh Thánh** (*Keeng Tháing*)

bicycle **xe đạp** (*se dạhp*)

big **lớn** (*lúhn*)

bilingual **song ngữ** (*sawng ngũh*)

billion **tỉ** (*tẻe*)

bird **con chim** (*kawn cheem*)

birth certificate **giấy khai sinh** (*yáy khai seeng*)

birth control **ngừa thai** (*ngùh-a thai*)

birthday **sinh nhật** (*seeng nyụt*)

bite (*v*) **cắn** (*kán*)

bitter **đắng** (*dáng*)

black **màu đen** (*màh-oo den*)

black coffee **cà phê đen** (*kàh feh den*)

black market **chợ đen** (*chụh den*)

black pepper **tiêu** (*tyew*)

bland **nhạt** (*nyạht*)

blanket (*n*) **mền** (*màyn*)

bleed **chảy máu** (*chảh-ee máh-oo*)

blind **mù** (*mòo*)

blood **máu** (*máh-oo*)

blood pressure **áp huyết** (*áhp hwét*)

blood test **thử máu** (*thủh máh-oo*)

blouse **áo sơ mi phụ nữ** (*ów suh mee fọo nũh*)

blow (*v*) **thổi** (*thỏh-ee*)

blow-dry **sấy tóc** (*sáy táwk*)

blow-dryer **máy sấy tóc** (*máh-ee sáy táwk*)

blue **màu xanh dương** (*màh-oo saing yuh-ang*)

blush (*v*) **đỏ mặt** (*dảw mạt*)

boarding pass **vé lên máy bay** (*vé layn máh-ee bah-ee*)

boarding time **giờ lên máy bay** (*yùh lehn máh-ee bah-ee*)

boast (*v*) **khoe khoang** (*khwe khwahng*)

boat **thuyền** (*thwèe-an*)

body **thân thể** (*thun thẻh*)

boil (*v*) **luộc** (*loo-ọhk*)

boiled egg **trứng luộc** (*júhng loo-ọhk*)

bone **xương** (*suh-ang*)

book **cuốn sách** (*koo-óhn sáik*)

bookstore **tiệm sách** (*tyẹm sáik*)

boot (*n*) **giày bốt** (*yàh-ee bóht*)

bored, boring **chán** (*cháhn*)

born **sinh** (*seeng*)

borrow **mượn** (*mụh-an*)

boss **sếp** (*sáyp*)

bother (*v*) **làm phiền** (*làhm fyèn*)

bottle **chai** (*chai*)

bottle of beer **chai bia** (*chai bee-a*)

bottle of water **chai nước** (*chai núh-ak*)

bottled water **nước đóng chai** (*núh-ak dáwng chai*)

bowl **chén** (*chén*)

bowl (big) **tô** (*toh*)

box **hộp** (*họhp*)

boy **con trai** (*kawn jai*)

boyfriend **bạn trai** (*bạhn jai*)

bracelet **vòng đeo tay** (*vàwng de-oo tah-ee*)

brand name **nhãn hiệu** (*nyãhn hyẹw*)

brave **can đảm** (*kahn dảhm*)

bread **bánh mì** (*báing mèe*)

breakfast **bữa sáng** (*bũh-a sáhng*)

breathe **thở** (*thủh*)

breathing difficulty **khó thở** (*kháw thủh*)

bribe (*v*) **hối lộ** (*hóh-ee lọh*)

bride **cô dâu** (*koh yoh-oo*)
bridegroom **chú rể** (*chóo rẻh*)
bridesmaid **phù dâu** (*fòo yoh-oo*)
bridge **cây cầu** (*kay kòh-oo*)
bright **sáng** (*sáhng*)
bring **đem** (*dem*)
broke (*adj*) **hết tiền** (*háyt tyèn*)
broken **bị hư** (*bẹe huh*)
broth **nước lèo** (*núh-ak lè-oo*)
brown **màu nâu** (*màh-oo noh-oo*)
Buddha **Đức Phật** (*Dúhk Fụt*)
Buddhism **đạo Phật** (*dọw Fụt*)
Buddhist **Phật tử** (*Fụt tủh*)
burn **bị phỏng** (*bẹe fảwng*)
bus **xe buýt** (*se bwéet*)
bus fare **giá vé xe buýt** (*yáh vé se bwéet*)
bus station **bến xe buýt** (*báyn se bwéet*)
bus stop **trạm xe buýt** (*jạhm se bwéet*)
business **kinh doanh** (*keeng ywaing*)
business hours **giờ mở cửa** (*yùh mủh kủh-a*)
busy **bận** (*bụn*)
butter **bơ** (*buh*)
butterfly **con bướm** (*kawn búh-am*)
buy **mua** (*moo-a*)

C

cab **xe tắc-xi** (*se ták see*)
cab driver **tài xế tắc-xi** (*tài séh ták see*)
cab fare **giá cước** (*yáh kúh-ak*)
café **quán ăn** (*kwáhn an*)
calculator **máy tính** (*máh-ee téeng*)
calendar **lịch** (*lẹek*)
call back **gọi lại** (*gọy lại*)
camera **máy hình** (*máh-ee hèeng*)
campus **khuôn viên** (*khoo-ohn vyen*)
can (*auxiliary v*) **có thể** (*káw thẻh*)
can (*n*) **lon** (*lawn*)
can of beer **lon bia** (*lawn bee-a*)
can of Coke **lon cô-ca** (*lawn koh kah*)
cancel **hủy bỏ** (*hwẻe bảw*)
candy **kẹo** (*kẹ-oo*)
cap **mũ** (*mõo*)

capital (city) **thủ đô** (*thỏo doh*)
car **xe hơi** (*se huh-ee*)
career **sự nghiệp** (*sụh ngyẹp*)
careful **cẩn thận** (*kủn thụn*)
careless **bất cẩn** (*bút kủn*)
carrot **cà-rốt** (*kàh-róht*)
carry **mang** (*mahng*)
carry-on **hành lý xách tay** (*hàing lée sáik tah-ee*)
cash **tiền mặt** (*tyèn mạt*)
cat **con mèo** (*kawn mè-oo*)
catfish **cá bông lau** (*káh bohng lah-oo*)
cathedral **nhà thờ lớn** (*nyàh thùh lúhn*)
Catholic **tín đồ Công giáo** (*téen dòh kohng yów*)
Catholicism **Công giáo** (*Kohng Yów*)
cave **hang** (*hahng*)
cavern **động** (*dọhng*)
celebrate **ăn mừng** (*an mùhng*)
cell phone **điện thoại di động** (*dyẹn thwại yee dọhng*)
cell phone number **số điện thoại di động** (*sóh dyẹn thwại yee dọhng*)
cemetery **nghĩa địa** (*ngẽe-a dẹe-a*)
censor (*v*) **kiểm duyệt** (*kyẻm ywẹt*)
center (*n*) **trung tâm** (*joong tum*)
century **thế kỷ** (*théh kẻe*)
ceramics **đồ gốm** (*dòh góhm*)
certain **chắc chắn** (*chák chán*)
certificate **giấy chứng nhận** (*yáy chúhng nyụn*)
certify **chứng nhận** (*chúhng nyụn*)
chair **cái ghế** (*kái géh*)
chamber music **nhạc thính phòng** (*nyạhk théeng fàwng*)
champagne **sâm-banh** (*sum baing*)
chance **cơ hội** (*kuh họh-ee*)
change (*v*) **thay đổi** (*thah-ee dỏh-ee*)
change rooms **đổi phòng** (*dỏh-ee fàwng*)
change (money given back) **tiền thối lại** (*tyèn thóh-ee lại*)
charming **duyên dáng** (*ywen yáhng*)
chat (*v*) **tán gẫu** (*táhn gõh-oo*)
chauffeur **tài xế** (*tài séh*)
cheap **rẻ** (*rẻ*)

check (issued by a bank) **chi phiếu** (*chee fyéw*)

check (in a restaurant) **giấy tính tiền** (*yáy téeng tyèn*)

check (one's bags) **gửi** (*gủh-ee*)

checking account **tài khoản giao dịch** (*tài khwảhn yow yẹek*)

checkup **khám sức khỏe tổng quát** (*kháhm súhk khwẻ tỏhng kwáht*)

cheek **má** (*máh*)

cheese **phô-mai** (*foh mai*)

chef **đầu bếp** (*dòh-oo báyp*)

chess (Chinese) **cờ tướng** (*kùh túh-ang*)

chess (international) **cờ quốc tế** (*kùh kóo-ak téh*)

chest **ngực** (*ngụhk*)

chewing gum **kẹo sinh-gôm** (*kẹ-oo seeng gohm*)

chicken **gà** (*gàh*)

chicken and rice **cơm gà** (*kuhm gàh*)

children **con** (*kawn*)

children's book **sách thiếu nhi** (*sáik thyéw nyee*)

chili pepper **ớt** (*úht*)

chills **ớn lạnh** (*úhn lạing*)

chocolate **sô-cô-la** (*soh koh lah*)

choose **chọn** (*chạwn*)

chopstick **chiếc đũa** (*chyék dõo-a*)

Christmas **Giáng Sinh** (*Yáhng Seeng*)

church **nhà thờ** (*nyàh thùh*)

cigarette **điếu thuốc lá** (*dyéw thoo-óhk láh*)

cinnamon **quế** (*kwéh*)

circumstance **hoàn cảnh** (*hwàhn kảing*)

circus **xiếc** (*syék*)

citizen **công dân** (*kohng yun*)

city **thành phố** (*thàing fóh*)

city blocks **dãy phố** (*yãh-ee fóh*)

civilization **nền văn minh** (*nàyn van meeng*)

class **lớp học** (*lúhp hạwk*)

classmate **bạn học** (*bạhn hạwk*)

classroom **phòng học** (*fàwng hạwk*)

clean (*adj*) **sạch** (*sạik*)

clever **thông minh** (*thohng meeng*)

client **khách hàng** (*kháik hàhng*)

climate **khí hậu** (*khée họh-oo*)

climb (*v*) **leo** (*le-oo*)

clock **đồng hồ** (*dòhng hòh*)

close (*adj*) **gần** (*gùn*)

close by **gần đây** (*gùn day*)

close friend **bạn thân** (*bạhn thun*)

closed (shops) **đóng cửa** (*dáwng kủh-a*)

clothes, clothing (*n*) **quần áo** (*kwùn ów*)

clothing store **tiệm bán quần áo** (*tyẹm báhn kwùn ów*)

cloud **mây** (*may*)

cloudy **nhiều mây** (*nyèw may*)

club (organization) **câu lạc bộ** (*koh-oo lạhk bọh*)

clumsy **vụng về** (*vọong vèh*)

coach station **bến xe** (*béhn se*)

coal **than** (*thahn*)

coast **bờ biển** (*bùh byẻn*)

coat **áo khoác** (*ów khwáhk*)

cocktail **cốc-tai** (*kóhk tai*)

coconut **trái dừa** (*jái yùh-a*)

coconut milk **nước dừa** (*núh-ak yùh-a*)

coffee **cà phê** (*kàh feh*)

coffee shop **quán cà phê** (*kwáhn kàh feh*)

coffee with milk **cà phê sữa** (*kàh feh sũh-a*)

cold (*adj*) **lạnh** (*lạing*)

cold (ailment) **cảm** (*kảhm*)

cold season **mùa lạnh** (*mòo-a lạing*)

cold water **nước lạnh** (*núh-ak lạing*)

college **đại học** (*dại hạwk*)

college students **inh viên** (*seeng vyen*)

color (*n*) **màu** (*màh-oo*)

come back **trở lại** (*jủh lại*)

come down (prices) **bớt** (*búht*)

come in **vào** (*vòw*)

comfortable **thoải mái** (*thwải mái*)

commerce **thương mại** (*thuh-ang mại*)

commercial (*n*) **mục quảng cáo** (*mọok kwảhngków*)

community **cộng đồng** (*kọhng dòhng*)

community college **đại học cộng đồng** (*dại hạwk kọhng dòhng*)

company **công ty** (*kohng tee*)

compare **so sánh** (*saw sáing*)

competent **có khả năng** (*káw khảh nang*)

complain **than phiền** (*thahn fyèn*)

complaint **lời than phiền** (*lùh-ee thahn fyèn*)

complex (*adj*) **phức tạp** (*fúhk tạhp*)

computer **máy vi tính** (*máh-ee vee téeng*)

concentrate (*v*) **tập trung** (*tụp joong*)

conclude **kết luận** (*káyt lwụn*)

condensed milk **sữa đặc** (*sũh-a dạk*)

condolences **lời chia buồn** (*lùh-ee chee-a bòo-an*)

confess **thú nhận** (*thóo nyụn*)

confidence **sự tự tin** (*sụh tụh teen*)

confident **tự tin** (*tụh teen*)

confirm **xác nhận** (*sáhk nyụn*)

confused (*adj*) **bối rối** (*bóh-ee róh-ee*)

congratulate **chúc mừng** (*chóok mùhng*)

conical hat **nón lá** (*náwn láh*)

conscience **lương tâm** (*luh-ang tum*)

consequence **hậu quả** (*họh-oo kwảh*)

console **an ủi** (*ahn ỏo-ee*)

consulate **lãnh sự quán** (*lãing sụh kwáhn*)

contract (*n*) **hợp đồng** (*hụhp dòhng*)

conveniences **tiện nghi** (*tyẹn ngee*)

convenient **thuận tiện** (*thwụn tyẹn*)

cook (*v*) **nấu ăn** (*nóh-oo an*)

cook (*n*) **đầu bếp** (*dòh-oo báyp*)

cookbook **sách dạy nấu ăn** (*sáik yạh-ee nóh-oo an*)

cool **mát** (*máht*)

corn **bắp** (*báp*)

correct (*adj*) **đúng** (*dóong*)

cost (*n*) **phí tổn** (*fée tỏhn*)

cough (*v*) **ho** (*haw*)

cough drop **kẹo ho** (*kẹ-oo haw*)

count (*v*) **đếm** (*dáym*)

country **nước** (*núh-ak*)

countryside **miền quê** (*myèn kweh*)

cousins **anh chị em họ** (*aing chẹe em hạw*)

crabmeat soup **xúp cua** (*sóop koo-a*)

crazy **điên** (*dyen*)

credit card **thẻ tín dụng** (*thẻ téen yọong*)

crew cut **cắt ngắn** (*kát ngán*)

criticize **phê bình** (*feh bèeng*)

crowded **đông người** (*dohng ngùh-a-ee*)

cruise **du ngoạn bằng tàu** (*yoo ngwạhn bàng tàh-oo*)

cruise ship **tàu du lịch đường biển** (*tàh-oo yoo lẹek dùh-ang byển*)

cry (*v*) **khóc** (*kháwk*)

culture **văn hóa** (*van hwáh*)

cup (*n*) **tách** (*táik*)

currently (happening) **đang** (*dahng*)

customer **khách hàng** (*kháik hàhng*)

cut (hair) **cắt** (*kát*)

cut (skin wound on the hand) **bị đứt tay** (*bẹ dúht tah-ee*)

cyclo **xe xích-lô** (*se séek loh*)

D

daily **hàng ngày** (*hàhng ngàh-ee*)

dance (*v*) **nhảy đầm** (*nyảh-ee dùm*)

dance club **vũ trường** (*võo jùh-ang*)

dangerous **nguy hiểm** (*ngwee hyẻm*)

daughter **con gái** (*kawn gái*)

day **ngày** (*ngàh-ee*)

dead (*adj*) **chết** (*cháyt*)

deadline **thời hạn** (*thùh-ee hạhn*)

deaf (*adj*) **điếc** (*dyék*)

dear (*adj*) **thân mến** (*thun máyn*)

debit card **thẻ trích tiền trực tiếp** (*thẻ jéek tyèn jụhk tyép*)

decade **thập niên** (*thụp nyen*)

deceive **lường gạt** (*lùh-ang gạht*)

decide **quyết định** (*kwét dẹeng*)

deep **sâu** (*soh-oo*)

define **định nghĩa** (*dẹeng ngẽe-a*)

delete **xóa** (*swáh*)

delicious **ngon** (*ngawn*)

dentist **nha sĩ** (*nya sẽe*)

depart **khởi hành** (*khủh-ee hàing*)

departing flight **chuyến bay đi** (*chwée-an bah-ee dee*)

departing train **chuyến xe lửa đi** (*chwée-an se lủh-a dee*) departure time **giờ khởi hành** (*yùh khủh-ee hàing*)

deposit (money) **gửi tiền** (*gủh-ee tyèn*)

depressed **chán đời** (*cháhn dùh-ee*)

dermatitis **bệnh viêm da** (*bạyng vyem yah*)

describe **mô tả** (*moh tảh*)

desk **bàn giấy** (*bàhn yáy*)

dessert **món tráng miệng** (*máwn jáhng myẹng*)

detail (*n*) **chi tiết** (*chee tyét*)

develop **phát triển** (*fáht jyển*)

diabetes **bệnh tiểu đường** (*bạyng tyẻw dùh-ang*)

diarrhea **tiêu chảy** (*tyew chảh-ee*)

dictionary **tự điển** (*tụh dyển*)

die (*v*) **chết** (*cháyt*)

different **khác** (*kháhk*)

difficult **khó** (*kháw*)

dining room **phòng ăn** (*fàwng an*)

dinner **bữa tối** (*bũh-a tóh-ee*)

diplomat **nhà ngoại giao** (*nyàh ngwại yow*)

dipping sauce **nước chấm** (*núh-ak chúm*)

director (president) **giám đốc** (*yáhm dóhk*)

dirty **dơ** (*yuh*)

disagree **không đồng ý** (*khohng dòhng ée*)

disappointed **thất vọng** (*thút vạwng*)

discount **giảm giá** (*yảhm yáh*)

discuss **thảo luận** (*thỏw lwụn*)

dish (of food) **món ăn** (*máwn an*)

disinfectant **thuốc sát trùng** (*thoo-óhk sáht jòong*)

distance (*n*) **khoảng cách** (*khwảhng káik*)

district **quận** (*kwụn*)

divorce (*v*) **ly dị** (*lee yẹe*)

dizziness **chóng mặt** (*cháwng mạt*)

dock (*v*) **cập bến** (*kụp báyn*)

doctor **bác sĩ** (*báhk sẽe*)

document **tài liệu** (*tài lyẹw*)

dog **con chó** (*kawn cháw*)

dollar **đô la** (*doh lah*)

domestic mail **thư trong nước** (*thuh jawng núh-ak*)

door **cửa** (*kủh-a*)

double room **phòng đôi** (*fàwng doh-ee*)

doubt (*v*) **nghi ngờ** (*ngee ngùh*)

downtown (*n*) **phố** (*fóh*)

dozen **chục** (*chọok*)

dragon **con rồng** (*kawn ròhng*)

drama **kịch nghệ** (*kẹek ngẹh*)

dream (*v*) **mơ** (*muh*)

dress (*n*) **áo đầm** (*ów dùm*)

drink (*v*) **uống** (*oo-óhng*)

drive (*v*) **chở, lái** (*chủh*) (*lái*)

driver's license **bằng lái** (*bàng lái*)

drunk (*adj*) **say** (*sah-ee*)

dry **khô** (*khoh*)

dry-clean **hấp tẩy** (*húp tảy*)

dry cleaner's **tiệm hấp tẩy** (*tyẹm húp tảy*)

dry season **mùa khô** (*mòo-a khoh*)

dry skin **khô da** (*khoh yah*)

durian **trái sầu riêng** (*jái sòh-oo ree-ang*)

dusty **bụi bặm** (*bọo-ee bạm*)

dye (*v*) **nhuộm** (*nyoo-ọhm*)

E

each **mỗi** (*mõh-ee*)

eager **hăng hái** (*hang hái*)

ear **tai** (*tai*)

ear infection **nhiễm trùng tai** (*nyẽm jòong tai*)

earth (planet) **trái đất** (*jái dút*)

east **hướng đông** (*húh-ang dohng*)

easy **dễ** (*yẽh*)

eat **ăn** (*an*)

economics **kinh tế** (*keeng téh*)

education **giáo dục** (*yów yọok*)

effort **nỗ lực** (*nõh lụhk*)

egg **trứng** (*júhng*)

egg roll **chả giò** (*chảh yàw*)

elementary school **trường tiểu học** (*jùh-ang tyẻw hạwk*)

elevator **thang máy** (*thahng máh-ee*)

email **thư điện tử** (*thuh dyẹn tủh*)

email address **địa chỉ thư điện tử**
(*dẹe-a chẻe thuh dyẹn tủh*)
embassy **đại sứ quán** (*dại súh kwáhn*)
embroidered painting **bức tranh thêu**
(*búhk jaing theh-oo*)
emergency **cấp cứu** (*kúp kúh-oo*)
employee **nhân viên** (*nyun vyen*)
employer **chủ** (*chỏo*)
encourage **khuyến khích** (*khwén khéek*)
engineer **kỹ sư** (*kẽe suh*)
enjoy **thích** (*théek*)
enough **đủ** (*dỏo*)
enter **đi vào** (*dee vòw*)
enthusiastic **nhiệt tình** (*nyẹt tèeng*)
entrance **lối vào** (*lóh-ee vòw*)
entrepreneur **doanh nhân** (*ywaing nyun*)
envelope **phong bì** (*fawng bèe*)
environment **môi trường** (*moh-ee jùh-ang*)
erase **xóa** (*swáh*)
etc. **vân vân** (*vun vun*)
eucalyptus oil **dầu khuynh diệp** (*yòh-oo khweeng yẹe-ap*)
evening **buổi chiều** (*boo-ỏh-ee chyèw*)
every day **hàng ngày** (*hàhng ngàh-ee*)
everyone **mọi người** (*mọy ngùh-a-ee*)
everything **mọi thứ** (*mọy thúh*)
everywhere **khắp mọi nơi** (*kháp mọy nuh-ee*)
exactly **đúng vậy** (*dóong vạy*)
example **thí dụ** (*thée yọo*)
excellent **xuất sắc** (*swút sák*)
except **ngoại trừ** (*ngwại jùh*)
exchange (money) **đổi tiền** (*dỏh-ee tyèn*)
exchange rate **hối suất** (*hóh-ee swút*)
excuse me **xin lỗi** (*seen lõh-ee*)
exit (n) **lối ra** (*lóh-ee rah*)
expensive **mắc, đắt** (*mák*) (*dát*)
experience (n) **kinh nghiệm** (*keeng ngyẹm*)
explain **giải thích** (*yải théek*)
explore **thám hiểm** (*tháhm hyểm*)
express mail **thư chuyển phát nhanh**
(*thuh chwẻe-an fáht nyaing*)
extra large **lớn nhất** (*lúhn nyút*)
eye **mắt** (*mát*)

eyebrow **lông mày** (*lohng màh-ee*)
eyelash **lông mi** (*lohng mee*)
eyelid **mí mắt** (*mée mát*)

F

fabric **vải** (*vải*)
face (n) **mặt** (*mạt*)
facial (n) **làm mặt** (*làhm mạt*)
factory **nhà máy** (*nyàh máh-ee*)
factory worker **công nhân** (*kohng nyun*)
faint (v) **xỉu** (*sẻe-oo*)
fair (n) **hội chợ** (*họh-ee chụh*)
fake (adj) **giả** (*yảh*)
fall (season) **mùa thu** (*mòo-a thoo*)
family **gia đình** (*yah dèeng*)
famous **nổi tiếng** (*nỏh-ee tyéng*)
fan (admirer) **người hâm mộ**
(*ngùh-a-ee hum mọh*)
far **xa** (*sah*)
farmer **nông dân** (*nohng yun*)
fashion **thời trang** (*thùh-ee jahng*)
fashionable **mốt** (*móht*)
father **cha, ba, bố** (*chah*) (*bah*) (*bóh*)
favorite (adj) **ưa thích nhất** (*uh-a théek nyút*)
fax (n) **phách, điện thư** (*fáik*) (*dyẹn thuh*)
February **Tháng hai** (*Tháhng hai*)
fee **phí, khoản phí** (*fée*) (*khwảhn fée*)
festival **lễ hội** (*lễh họh-ee*)
fever **sốt** (*sóht*)
field (n) (farming) **cánh đồng** (*káing dòhng*)
find (v) **tìm thấy** (*tèem tháy*)
finger **ngón tay** (*ngáwn tah-ee*)
fingernail **móng tay** (*máwng tah-ee*)
fire (n) **lửa** (*lủh-a*)
fireworks **pháo bông** (*fów bohng*)
first-class (adj) **hạng nhất** (*hạhng nyút*)
fish (n) **cá** (*káh*)
fish sauce **nước mắm** (*núh-ak mám*)
fit (right size) **vừa vặn** (*vùh-a vạn*)
fitting room **phòng thử đồ** (*fàwng thủh dòh*)

flashlight **đèn pin** (*dèn peen*)

flea market **chợ trời** (*chụh jùh-ee*)

flight (*n*) **chuyến bay** (*chwée-an bah-ee*)

flight attendant **tiếp viên hàng không** (*tyép vyen hàhng khohng*)

flight number **chuyến bay số** (*chwée-an bah-ee sóh*)

flood (*n*) **lũ lụt** (*lõo lọot*)

floor **lầu, tầng** (*lòh-oo*) (*tùng*)

flower **hoa, bông** (*hwah*) (*bohng*)

flu **cúm** (*kóom*)

flu shot **chích ngừa cúm** (*chéek ngùh-a kóom*)

fluent(ly) **trôi chảy** (*joh-ee chảh-ee*)

folk song **dân ca** (*yun kah*)

follow **đi theo** (*dee the-oo*)

food **thức ăn** (*thúhk an*)

food poisoning **trúng thực** (*jóong thụhk*)

foot **bàn chân** (*bàhn chun*)

for rent **cho thuê** (*chaw thweh*)

foreign language center **trung tâm ngoại ngữ** (*joong tum ngwại ngũh*)

foreigner **người ngoại quốc** (*ngùh-a-ee ngwại kóo-ak*)

forest **rừng** (*rùhng*)

forget **quên** (*kwayn*)

forgive **tha thứ** (*thah thúh*)

fork (*n*) **cái nĩa** (*kái nẽe-a*)

fortune teller **thầy bói** (*thày bóy*)

fragrant **thơm** (*thuhm*)

free (time) **rảnh** (*rảing*)

freedom **tự do** (*tụh yaw*)

frequently **thường xuyên** (*thùh-ang swyen*)

fresh **tươi** (*tuh-a-ee*)

freshwater **nước ngọt** (*núh-ak ngạwt*)

fried fish **cá chiên** (*káh chyen*)

fried rice **cơm chiên** (*kuhm chyen*)

friend **bạn** (*bạhn*)

friendship **tình bạn** (*tèeng bạhn*)

frog **con ếch** (*kawn áyk*)

front desk **bàn tiếp tân** (*bàhn tyép tun*)

fruit **trái cây** (*jái kay*)

fry **chiên** (*chyen*)

fun **vui** (*voo-ee*)

funeral **đám tang** (*dáhm tahng*)

funny **tức cười** (*túhk kùh-a-ee*)

furniture **đồ đạc** (*dòh dạhk*)

future **tương lai** (*tuh-ang lai*)

G

garden **vườn** (*vùh-an*)

garlic **tỏi** (*tỏy*)

gas **xăng** (*sang*)

gas station **cây xăng** (*kay sang*)

gastritis **đau bao tử** (*dah-oo bow tủh*)

gate number (airport) **cổng số** (*kỏhng sóh*)

generally **nói chung** (*nóy choong*)

generation **thế hệ** (*théh hẹh*)

germ **vi trùng** (*vee jòong*)

get around **đi quanh** (*dee kwaing*)

get off **xuống** (*soo-óhng*)

get on **lên** (*layn*)

gift **quà tặng** (*kwàh tạng*)

ginger **gừng** (*gùhng*)

ginseng **nhân sâm** (*nyun sum*)

girlfriend **bạn gái** (*bạhn gái*)

give directions **chỉ đường** (*chẻe dùh-ang*)

glad **mừng** (*mùhng*)

glass (drinking) **ly** (*lee*)

glasses (reading) **mắt kiếng** (*mát kyéng*)

go **đi** (*dee*)

go home **về nhà** (*vèh nyàh*)

go straight **đi thẳng** (*dee thảng*)

golf **môn đánh gôn** (*mohn dáing gohn*)

golf course **sân gôn** (*sun gohn*)

good **tốt** (*tóht*)

goodbye **chào, tạm biệt** (formal) (*chòw*) (*tạhm byẹt*)

government **chính quyền** (*chéeng kwèn*)

graduate (*v*) **tốt nghiệp** (*tóht ngyẹp*)

grateful **biết ơn** (*byét uhn*)

gray **màu xám** (*mài-oo sáhm*)

green (color) **màu xanh lá cây** (*mài-oo saing láh kay*)

green (unripe) **còn sống, còn xanh** (*kàwn sóhng*) (*kàwn saing*)

grilled pork **thịt nướng** (*thẹet núh-ang*)

grilled pork and rice **cơm thịt nướng** (*kuhm thẹet núh-ang*)

grocery store **tiệm tạp hóa** (*tyẹm tạhp hwáh*)

groom **chú rể** (*chóo rẻh*)

group **nhóm** (*nyáwm*)

guess **đoán** (*dwáhn*)

guest **khách** (*kháik*)

guesthouse **nhà khách** (*nyàh kháik*)

guide (person) **hướng dẫn viên** (*húh-ang yũn vyen*)

gym **phòng tập thể dục** (*fàwng tụp thẻh yọok*)

H

habit **thói quen** (*thóy kwen*)

hair **tóc** (*táwk*)

hair style **kiểu tóc** (*kyểw táwk*)

hairdresser **thợ uốn tóc** (*thụh oo-óhn táwk*)

half **nửa** (*nửh-a*)

hand (*n*) **bàn tay** (*bàn tah-ee*)

hand-embroidered **thêu tay** (*theh-oo tah-ee*)

handkerchief **khăn tay** (*khan tah-ee*)

handsome **đẹp trai** (*dẹp jai*)

happen **xảy ra** (*sảh-ee rah*)

happiness **hạnh phúc** (*hạing fóok*)

happy **vui** (*voo-ee*)

hat **mũ, nón** (*mõo*) (*náwn*)

hate **ghét** (*gét*)

have **có** (*káw*)

have to **phải** (*fãi*)

head (*n*) **đầu** (*dòh-oo*)

head massage **mát xa đầu** (*máht sah dòh-oo*)

headache **nhức đầu** (*nyúhk dòh-oo*)

health **sức khỏe** (*súhk khwẻ*)

healthy **mạnh khỏe** (*mạing khwẻ*)

hear **nghe thấy** (*nge tháy*)

hearing aid **dụng cụ trợ thính** (*yọong kọo jụh théeng*)

heart **tim** (*teem*)

heart attack **cơn đau tim** (*kuhn dah-oo teem*)

heat stroke **trúng nắng** (*jóong náng*)

heat up **hâm nóng** (*hum náwng*)

heavy **nặng** (*nạng*)

heel **gót chân** (*gáwt chun*)

height **chiều cao** (*chyèw kow*)

hello **chào** (*chòw*)

hello (*on the phone*) **a lô** (*ah loh*)

help (*v*) **giúp** (*yóop*)

here **đây** (*day*)

high **cao** (*kow*)

high blood pressure **cao huyết áp** (*kow hwét áhp*)

high heels **giày cao gót** (*yàh-ee kow gáwt*)

high school **trường trung học** (*jù-ang joong hạwk*)

highway **quốc lộ** (*kwoo-óhk lọh*)

hip **hông** (*hohng*)

hire **thuê** (*thweh*)

history **sử, lịch sử** (*sủh*) (*lẹek sủh*)

hitchhike **quá giang** (*kwáh yahng*)

hitchhiker **người đi quá giang** (*ngùh-a-ee dee kwáh yahng*)

holiday **ngày lễ** (*ngàh-ee lẽh*)

home **nhà** (*nyàh*)

homeland **quê hương** (*kweh huh-ang*)

homesick **nhớ nhà** (*nyúh nyàh*)

hope (*v*) **hy vọng** (*hee vạwng*)

hospitable **hiếu khách** (*hyéw kháik*)

hospital **bệnh viện, nhà thương** (*bạyng vyẹn*) (*nyàh thuh-ang*)

hot **nóng** (*náwng*)

hot season **mùa nóng** (*mòo-a náwng*)

hot tea **trà nóng** (*jàh náwng*)

hot water **nước nóng** (*núh-ak náwnʒ*)

hotel **khách sạn** (*kháik sạhn*)

hotel housekeeper/maid **người dọn phòng** (*ngùh-a-ee yạwn fàwng*)

hour **giờ, tiếng** (*yùh*) (*tyéng*)

house **nhà** (*nyàh*)

how far? **bao xa?** (*bow sah*)

how long? **bao lâu?** (*bow loh-oo*)
how much? **bao nhiêu?** (*bow nyew*)
however **tuy nhiên** (*twee nyen*)
humid **ẩm** (*ủm*)
hungry **đói** (*dóy*)
hurry (*v*) **vội vàng** (*vọh-ee vàhng*)
hurry up **nhanh lên** (*nyaing layn*)
hurt **bị đau** (*bẹe dah-oo*)
husband **chồng** (*chòhng*)

I

ice **đá** (*dáh*)
ice cream **kem** (*kem*)
ice cream parlor **quán kem, tiệm kem**
   (*kwáhn kem*) (*tyẹm kem*)
iced tea **trà đá** (*jàh dáh*)
iced water **nước đá** (*núh-ak dáh*)
idea **ý kiến** (*ée kyén*)
if **nếu** (*néh-oo*)
ill **bị bệnh** (*bẹe bạyng*)
illegal **bất hợp pháp** (*bút hụhp fáhp*)
imagine **tưởng tượng** (*tủh-ang
   tụh-ang*)
immediately **ngay, ngay lập tức**
   (*ngah-ee*) (*ngah-ee lụp túhk*)
imperial tomb **lăng vua** (*lang voo-a*)
important **quan trọng** (*kwahn jọong*)
improve **tiến bộ** (*tyén bọh*)
include **bao gồm** (*bow gòhm*)
inconvenient **bất tiện** (*bút tyẹn*)
infected **bị nhiễm trùng** (*bẹe nyẽm
   jòong*)
infection **nhiễm trùng** (*nyẽm jòong*)
information **thông tin** (*thohng teen*)
information center **trung tâm thông tin**
   (*joong tum thohng tin*)
injection **chích** (*chéek*)
injury **bị thương** (*bẹe thuh-ang*)
insomnia **mất ngủ** (*mút ngỏo*)
insurance **bảo hiểm** (*bỏw hyẻm*)
intelligent **thông minh**
   (*thohng meeng*)
intend **dự tính** (*yụh téeng*)
interest (banking) **tiền lời** (*tyèn lùh-ee*)

interesting **hay, hấp dẫn** (*hah-ee*)
   (*húp yũn*)
international **quốc tế** (*kwoo-óhk téh*)
Internet **In-tờ-nét, mạng** (*Een tùh nét*)
   (*mạhng*)
Internet Cafe **quán Internet Café**
   (*kwáhn een tùh nét kàh feh*)
interpreter **thông dịch viên**
   (*thohng yẹek vyen*)
intersection **ngã tư** (*ngãh tuh*)
interview (*v*) **phỏng vấn**
   (*fẳwng vún*)
introduce **giới thiệu** (*yúh-ee thyẹw*)
invest **đầu tư** (*dòh-oo tuh*)
invite **mời** (*mùh-ee*)
island **đảo** (*dỏw*)
itchy **bị ngứa** (*bẹe ngúh-a*)

J

jacket **áo khoác** (*ów khwáhk*)
jewelry store **tiệm vàng**
   (*tyẹm vàhng*)
job **nghề** (*ngèh*)
journalist **nhà báo** (*nyàh bów*)
joy **niềm vui** (*nyèm voo-ee*)
juice **nước trái cây** (*núh-ak jái kay*)

K

karaoke **karaôkê** (*kah rah oh keh*)
karaoke bar **quán karaôkê**
   (*kwáhn kah rah oh keh*)
keep the change **không cần thối lại**
   (*khohng kùn thóh-ee lại*)
key **chìa khóa** (*chèe-a khwáh*)
kilo **ký lô** (*kée loh*)
kind (*n*) **loại** (*lwại*)
kind (*adj*) **tử tế** (*tủh téh*)
kitchen **nhà bếp** (*nyàh báyp*)
knee (*n*) **đầu gối** (*dòh-oo góh-ee*)
knife **con dao** (*kawn yow*)
know **biết** (*byét*)
knowledge **kiến thức** (*kyén thúhk*)

L

lab **phòng thử nghiệm** (*fàwng thủh ngyẹm*)

lack (*v*) **thiếu** (*thyéw*)

lacquered box **hộp sơn mài** (*họhp suhn mài*)

lacquered painting **bức tranh sơn mài** (*búhk jaing suhn mài*)

lacquered vase **bình sơn mài** (*bèeng suhn mài*)

ladies' room **nhà vệ sinh nữ** (*nyàh vẹh seeng nũh*)

lake **hồ** (*hòh*)

lamb (meat) **thịt cừu non** (*thẹet cùh-oo nawn*)

lamp **đèn** (*dèn*)

land (*n*) **đất** (*dút*)

language **tiếng, ngôn ngữ** (*tyéng*) (*ngohn ngũh*)

large **lớn** (*lúhn*)

last month **tháng trước** (*tháhng júh-ak*)

last week **tuần trước** (*twùn júh-ak*)

last year **năm ngoái** (*nam ngwái*)

late **trễ** (*jẽh*)

laugh **cười** (*kùh-a-ee*)

laundry room **phòng giặt** (*fàwng yạt*)

law **luật pháp** (*lwụt fáhp*)

lawyer **luật sư** (*lwụt suh*)

learn **học** (*hạwk*)

leave a message **nhắn lại** (*nyán lại*)

left (*n*) **bên tay trái** (*bayn tah-ee jáh-ee*)

left-handed **thuận tay trái** (*thwụn tah-ee jáh-ee*)

leg **chân** (*chun*)

length **chiều dài** (*chyèw yài*)

lesson **bài học** (*bài hạwk*)

letter **lá thư** (*láh thuh*)

library **thư viện** (*thuh vyẹn*)

life **cuộc sống** (*koo-ọhk sóhng*)

like (*v*) **thích** (*théek*)

lime (fruit) **trái chanh** (*jái chaing*)

lip **môi** (*moh-ee*)

list (*n*) **danh sách** (*yaing sáik*)

listen **lắng nghe** (*láng nge*)

literature **văn chương** (*van chuh-ang*)

little **ít** (*éet*)

live (*v*) **sống** (*sóhng*)

living room **phòng khách** (*fàwng kháik*)

local call **gọi điện thoại nội hạt** (*gọy dyẹn thwại nọh-ee hạht*)

lock (*v*) **khóa** (*khwáh*)

long **dài** (*yài*)

longan **trái nhãn** (*jái nyãhn*)

long-distance call **gọi điện thoại viễn liên** (*gọy dyẹn thwại vyẽn lyen*)

look (*v*) **nhìn** (*nyèen*)

look for **tìm** (*tèem*)

lose **mất** (*mút*)

lost (one's way) **lạc đường** (*lạhk dùh-ang*)

love (*v*) **yêu** (*yew*)

lucky **may mắn** (*mah-ee mán*)

luggage **hành lý** (*hàing lée*)

lunch **bữa trưa** (*bũh-a juh-a*)

lung **phổi** (*fỏh-ee*)

lychee **trái vải** (*jái vải*)

M

mad **giận** (*yụn*)

magazine **tạp chí** (*tạhp chée*)

mail **thư từ** (*thuh tùh*)

mailbox **thùng thư** (*thòong thuh*)

mail carrier **người phát thư** (*ngùh-a-ee fáht thuh*)

make a phone call **gọi điện thoại** (*gọy dyẹn thwại*)

make-up **trang điểm** (*jahng dyẻm*)

mall **khu mua sắm** (*khoo moo-a sám*)

man **người đàn ông** (*ngùh-a-ee dàhn ohng*)

manager **giám đốc** (*yáhm dóhk*)

mango **trái xoài** (*jái swài*)

manicure **làm móng tay** (*làhm máwng tah-ee*)

map **bản đồ** (*bảhn dòh*)

market **chợ** (*chụh*)

married **có gia đình** (*káw yah dèeng*)

massage **mát xa**, **đấm bóp** (*máht sah*)
(*dúm báwp*)
matchmaker **người làm mai** (*ngùh-a-ee làhm mai*)
maybe **có lẽ** (*káw lẽ*)
mean (*v*) **nghĩa** (*ngẽe-a*)
measurement **đo lường** (*daw lùh-ang*)
meat **thịt** (*thẹet*)
medicated oil **dầu gió xanh** (*yòh-oo yáw saing*)
medicine **thuốc** (*thoo-óhk*)
meditate **thiền** (*thyèn*)
meet **gặp** (*gạp*)
men's room **nhà vệ sinh nam** (*nyàh vẹh seeng nahm*)
menu **tờ thực đơn** (*tùh thụhk đuhn*)
message **lời nhắn** (*lùh-ee nyán*)
meter **mét** (*mét*)
middle seat **ghế giữa** (*géh yũh-a*)
midnight **nửa đêm** (*nủh-a daym*)
mileage **số dặm** (*sóh yạm*)
milk **sữa** (*sũh-a*)
million **triệu** (*jyẹw*)
millionaire **triệu phú** (*jyẹw fóo*)
minute (time) **phút** (*fóot*)
misunderstand **hiểu lầm** (*hyẻw lùm*)
money **tiền** (*tyèn*)
money order **phiếu gửi tiền** (*fyéw gủh-ee tyèn*)
month **tháng** (*tháhng*)
moon **mặt trăng** (*mạt jang*)
moped **xe gắn máy** (*se gán máh-ee*)
more **nữa** (*nũh-a*)
more (-er) **hơn** (*huhn*)
moreover **hơn nữa** (*huhn nũh-a*)
morning **sáng** (*sáhng*)
mosquito **con muỗi** (*kawn mõo-a-ee*)
mosquito bites **vết muỗi cắn** (*véht mõo-a-ee kán*)
mosquito repellent **thuốc chống muỗi** (*thoo-óhk chóhng mõo-a-ee*)
most (-est) **nhất** (*nyút*)
mother **mẹ, má** (*mẹ*) (*máh*)
motorbike **xe gắn máy** (*se gán máh-ee*)
motorboat **ca-nô** (*kah noh*)
motor-taxi **xe ôm** (*se ohm*)

mountain **núi** (*nóo-ee*)
mouse **con chuột** (*kawn chọo-at*)
mouth **miệng** (*myẹng*)
movie **phim** (*feem*)
movie theater **rạp xi-nê** (*rạhp see neh*)
much **nhiều** (*nyèw*)
mung bean **đậu xanh** (*dọh-oo saing*)
museum **viện bảo tàng** (*vyẹn bỏw tàhng*)
mushroom **nấm** (*núm*)
music **nhạc** (*nyạhk*)
musician **nhạc sĩ** (*nyạhk sẽe*)
must (*aux. v.*) **phải** (*fải*)
mustache **râu mép** (*roh-oo mép*)

N

nail (finger, toe) **móng** (*máwng*)
name (*n*) **tên** (*tayn*)
napkin **khăn ăn** (*khan an*)
nation **quốc gia** (*kwoo-óhk yah*)
nationality **quốc tịch** (*kwoo-óhk tẹek*)
nature (world) **thiên nhiên** (*thyen nyen*)
nausea **buồn ói** (*boo-òhn óy*)
near (*adj*) **gần** (*gùn*)
necessary **cần thiết** (*kùn thyét*)
neck **cổ** (*kỏh*)
necktie **cà vạt** (*kàh vạht*)
need (*v*) **cần** (*kùn*)
neighbor **hàng xóm** (*hàhng sáwm*)
neighborhood **khu phố** (*khoo fóh*)
nephew **cháu trai** (*cháh-oo jai*)
nervous **bối rối** (*bóh-ee róh-ee*)
never **không bao giờ** (*khohng bow yùh*)
new **mới** (*múh-ee*)
news **tin tức** (*teen túhk*)
newspaper **báo** (*bów*)
next month **tháng sau, tháng tới** (*tháhng sah-oo*) (*tháhng túh-ee*)
next week **tuần sau, tuần tới** (*twùn sah-oo*) (*twùn túh-ee*)
next year **năm sau, năm tới** (*nam sah-oo*) (*nam túh-ee*)

niece **cháu gái** (*cháh-oo gái*)

night **tối** (*tóh-ee*)

nightclub **hộp đêm** (*họhp daym*)

noisy **ồn ào** (*òhn òw*)

nonprofit (*adj*) **phi kinh doanh** (*fee keeng ywaing*)

non-vegetarian dish **món mặn** (*máwn mạn*)

noodle soup with beef **phở bò** (*fủh bàw*)

noodle soup with chicken **phở gà** (*fủh gàh*)

normal **bình thường** (*bèeng thùh-ang*)

north **hướng bắc** (*húh-ang bák*)

nose **mũi** (*mõo-ee*)

not yet **chưa** (*chuh-a*)

novel **tiểu thuyết** (*tyểw thwée-at*)

novelist **nhà văn** (*nyàh van*)

now **bây giờ** (*bay yùh*)

nowadays **ngày nay** (*ngàh-ee nah-ee*)

nurse **y tá** (*ee táh*)

O

obstacle **trở ngại** (*jủh ngại*)

occasion **dịp** (*yẹep*)

occupation **nghề nghiệp** (*ngèh ngyẹp*)

ocean **đại dương** (*dại yuh-ang*)

of **của** (*kỏo-a*)

office **văn phòng** (*van fàwng*)

often **thường** (*thùh-ang*)

oil painting **bức tranh sơn dầu** (*búhk jaing suhn yòh-oo*)

ointment **thuốc bôi** (*thoo-óhk boh-ee*)

okay **đồng ý** (*dòhng ée*)

old (age) **già** (*yàh*)

old (used) **cũ** (*kõo*)

older brother **anh** (*aing*)

older sister **chị** (*chẹe*)

on **trên** (*jayn*)

on (a certain day) **vào** (*vòw*)

on the left-hand side **bên tay trái** (*bayn tah-ee jái*)

on the right-hand side **bên tay phải** (*bayn tah-ee fải*)

one-way **một chiều** (*mọht chyèw*)

only **chỉ, thôi** (*chẻe*) (*thoh-ee*)

open (*v*) **mở** (*mủh*)

opera house **nhà hát lớn** (*nyàh háht lúhn*)

opinion **ý kiến** (*ée kyén*)

opportunity **cơ hội** (*kuh họh-ee*)

option **sự chọn lựa** (*sụh chạwn lụh-a*)

or **hay, hoặc** (*hah-ee*) (*hwạk*)

orange (color) **màu cam** (*màh-oo kahm*)

orange (fruit) **trái cam** (*jái kahm*)

orange juice **nước cam** (*núh-ak kahm*)

order (*v*) (for food) **gọi** (*gọy*)

organization **tổ chức** (*tỏh chúhk*)

orphan **trẻ mồ côi** (*jẻ mòh koh-ee*)

orphanage **cô nhi viện** (*koh nyee vyẹn*)

over there **đằng kia** (*dàng kee-a*)

over-the-counter medication **thuốc mua không cần toa** (*thoo-óhk moo-a khohng kùn twah*)

owner **chủ nhân** (*chỏo nyun*)

P

pack of cards **bộ bài** (*bọh bài*)

package **gói hàng** (*góy hàhng*)

package tour **tua du lịch trọn gói** (*too-a yoo lẹek jạwn góy*)

pagoda **chùa** (*chòo-a*)

pain (*n*) **đau** (*dah-oo*)

painkiller **thuốc giảm đau** (*thoo-óhk yảhm dah-oo*)

painting (painted picture) **bức tranh** (*búhk jaing*)

pair of chopsticks **đôi đũa** (*doh-ee dõo-a*)

pair of high heels **đôi giày cao gót** (*doh-ee yàh-ee kow gáwt*)

pair of shoes **đôi giày** (*doh-ee yàh-ee*)

pajamas **bộ đồ ngủ** (*bọh dòh ngỏo*)

palace **cung điện** (*koong dyẹn*)

panda **con gấu trúc** (*kawn góh-oo jóok*)

pants **quần** (*kwùn*)

papaya **trái đu đủ** (*jái doo dỏo*)

paper napkin **khăn giấy** (*khan yáy*)

park **công viên** (*kohng vyen*)

parking lot **bãi đậu xe** (*bãi dọh-oo se*)

party (social gathering) **tiệc** (*tyẹk*)

passenger **hành khách** (*hàing kháik*)

passenger train **xe lửa** (*se lủh-a chủh kháik*)

passport **hộ chiếu, giấy thông hành** (*họh chyéw*) (*yáy thohng hàing*)

password **mật mã** (*mụt mãh*)

pastime **thú tiêu khiển** (*thóo tyew khyẻn*)

patient (*n*) **bệnh nhân** (*bạyng nyun*)

patient (*adj*) **kiên nhẫn** (*kyen nyũn*)

pawn shop **tiệm cầm đồ** (*tyẹm kùm dòh*)

pay (*v*) **trả tiền** (*jảh tyèn*)

pay phone **điện thoại công cộng** (*dyẹn thwại kohng kọhng*)

peach **trái đào** (*jái dòw*)

peanut **đậu phộng** (*dọh-oo fọhng*)

pear **trái lê** (*jái leh*)

pedicure **làm móng chân** (*làhm máwng chun*)

pen **cây viết mực** (*kay vyét mụhk*)

pencil **cây viết chì** (*kay vyét chèe*)

people/person **người** (*ngùh-a-ee*)

pepper **tiêu** (*tyew*)

percent **phần trăm** (*fùn jam*)

perfect (*adj*) **tuyệt** (*twẹt*)

perfume **nước hoa** (*núh-ak hwah*)

perhaps **có lẽ** (*káw lẽ*)

perm **uốn tóc** (*oo-óhn táwk*)

permit (*n*) **giấp phép** (*yáy fép*)

perspire **đổ mồ hôi** (*dỏh mòh hoh-ee*)

persuade **thuyết phục** (*thwét fook*)

pharmacist **dược sĩ** (*yụh-ak sẽe*)

pharmacy **nhà thuốc tây** (*nyàh thoo-óhk tay*)

phone **điện thoại** (*dyẹn thwại*)

phone number **số điện thoại** (*sóh dyẹn thwại*)

photo **tấm hình** (*túm hèeng*)

pick up (a car, an item) **lấy** (*láy*)

pick up (a friend) **đón** (*dáwn*)

picture **tấm hình** (*túm hèeng*)

picture book **truyện tranh** (*jwẹe-an jaing*)

pillow **cái gối** (*kái góh-ee*)

pilot **phi công** (*fee kohng*)

pineapple **trái dứa** (*jái yúh a*)

pink (color) **màu hồng** (*màh-oo hòhng*)

plane **máy bay** (*máh-ee bah-ee*)

plane ticket **vé máy bay** (*vé máh-ee bah-ee*)

plate **cái dĩa** (*kái yẽe-a*)

pleasant **dễ chịu** (*yẽh chẹe-oo*)

pleased **vui** (*voo-ee*)

pocket **túi** (*tóo-ee*)

poem **bài thơ** (*bài thuh*)

poet **nhà thơ** (*nyàh thuh*)

poetry **thơ** (*thuh*)

police (in Vietnam) **công an** (*kohng ahn*)

polite **lịch sự** (*lẹek sụh*)

politics **chính trị** (*chéeng jẹe*)

pollution **ô nhiễm** (*oh nyễm*)

pomelo **trái bưởi** (*jái bủh-a-ee*)

popular **phổ biến** (*fỏh byén*)

pork **thịt heo** (*thẹet he-oo*)

possible **có thể** (*káw thẻh*)

post office **bưu điện** (*buh-oo dyẹn*)

postage **bưu cước** (*buh-oo kúh-ak*)

postcard **bưu thiếp** (*buh-oo thyép*)

potato **khoai tây** (*khwai tay*)

practice (*v*) **tập** (*tụp*)

pray **cầu nguyện** (*kòh-oo ngwẹn*)

precious **quý** (*kwée*)

predict **tiên đoán** (*tyen dwáhn*)

prepare **chuẩn bị** (*chwủn bẹe*)

prescription **toa thuốc** (*twah thoo-óhk*)

pretend **giả bộ** (*yảh bọh*)

pretty **xinh** (*seeng*)

prevent **ngăn chặn** (*ngan chạn*)

price (*n*) **giá** (*yáh*)

priceless **vô giá** (*voh yáh*)

print (*v*) **in** (*een*)

printer **máy in** (*máh-ee een*)

problem **vấn đề** (*vún dèh*)

produce (*v*) **sản xuất** (*sảhn swút*)

professor **giáo sư** (*yów suh*)

program (*n*) **chương trình** (*chuh-ang jèeng*)

project (*n*) **dự án** (*yụh áhn*)

promise (*v*) **hứa** (*húh-a*)

pronounce **phát âm** (*fáht um*)

proof (legal) **bằng chứng** (*bàng chúhng*)

propose (a plan) **đề nghị** (*dèh ngẹe*)

propose (marriage) **cầu hôn** (*kòh-oo hohn*)

prosperous **thịnh vượng** (*thẹeng vụh-ang*)

protect **bảo vệ** (*bỏw vẹh*)

protest (*v*) **phản đối** (*fảhn dóh-ee*)

prove **chứng minh** (*chúhng meeng*)

provide **cung cấp** (*koong kúp*)

psychiatrist **bác sĩ tâm thần** (*báhk sẽe tum thùn*)

public phone **điện thoại công cộng** (*dyẹn thwại kohng kọhng*)

publish **xuất bản** (*swút bảhn*)

publisher **nhà xuất bản** (*nyàh swút bảhn*)

purple (color) **màu tím** (*màh-oo téem*)

purpose **mục đích** (*mọok déek*)

purse **ví xách tay** (*vée sáik tah-ee*)

Q

quail **con chim cút** (*kawn cheem kóot*)

quality **chất lượng** (*chút lụh-ang*)

quantity **số lượng** (*sóh lụh-ang*)

question (*n*) **câu hỏi** (*koh-oo hỏy*)

quick **nhanh** (*nyaing*)

quiet (place) **yên tĩnh** (*yen tẽeng*)

R

rain **mưa** (*muh-a*)

raincoat **áo mưa** (*ów muh-a*)

rainy season **mùa mưa** (*mòo-a muh-a*)

rambutan **trái chôm chôm** (*jái chohm chohm*)

rarely **hiếm khi** (*hyém khee*)

razor **lưỡi dao cạo** (*lũh-a-ee yow kọw*)

ready **sẵn sàng** (*sãn sàhng*)

reason (*n*) **lý do** (*lée yaw*)

receipt **biên lai** (*byen lai*)

reception desk **bàn tiếp tân** (*bàhn tyép tun*)

red (color) **màu đỏ** (*màh-oo dảw*)

red wine **rượu vang đỏ** (*rụh-a-oo vahng dảw*)

refrigerator **tủ lạnh** (*tỏo lạing*)

refund (*v*) **hoàn tiền** (*hwàhn tyèn*)

refuse **từ chối** (*tùh chóh-ee*)

regardless **bất chấp** (*bút chúp*)

registered mail **thư bảo đảm** (*thuh bỏw dảhm*)

relationship **mối quan hệ** (*móh-ee kwahn hẹh*)

relax **thoải mái** (*thwải mái*)

reliable **đáng tin cậy** (*dáhng teen kạy*)

relic **di tích** (*yee téek*)

religion **tôn giáo** (*tohn yów*)

remind **nhắc** (*nyák*)

rent (*v*) **thuê** (*thweh*)

rental car **xe thuê** (*se thweh*)

repeat (say again) **nói lại** (*nóy lại*)

replace **thay thế** (*thah-ee théh*)

reply (*v*) **trả lời** (*jảh lùh-ee*)

reporter **phóng viên** (*fáwng vyen*)

request (*v*) **yêu cầu** (*yew kòh-oo*)

research (*v*) **nghiên cứu** (*ngyen kúh-oo*)

reserve a room **đặt phòng** (*dạt fàwng*)

resort **khu du lịch** (*khoo yoo lẹek*)

responsibility **trách nhiệm** (*jáik nyẹm*)

restaurant **nhà hàng** (*nyàh hàhng*)

restroom **nhà vệ sinh** (*nyàh vẹh seeng*)

retire **về hưu** (*vèh huh-oo*)

return (a bought item) **trả đồ** (*jảh dòh*)

return (a car) **trả xe** (*jảh se*)

rice (cooked) **cơm** (*kuhm*)

rice wine **rượu đế** (*rụh-a-oo déh*)

right (*adj*) **phải** (*fải*)

ripe **chín** (*chéen*)

risky **liều lĩnh** (*lyèw lẽeng*)

river **sông** (*sohng*)

road **con đường** (*kawn dùh-ang*)

roast chicken **gà quay** (*gàh kwah-ee*)

roast duck **vịt quay** (*vẹet kwah-ee*)

room **căn phòng** (*kan fàwng*)

room key **chìa khóa phòng** (*chèe-a khwáh fàwng*)

room rates **giá phòng** (*yáh fàwng*)

rose **hoa hồng** (*hwah hòhng*)

round-trip **khứ hồi** (*khúh hòh-ee*)

rude **thô lỗ** (*thoh lõh*)

run (*v*) **chạy** (*chạh-ee*)

rural **nông thôn** (*nohng thohn*)

rush hour **giờ cao điểm** (*yùh kow dyẻm*)

S

sad **buồn** (*boo-òhn*)

safe (*adj*) **an toàn** (*ahn twàhn*)

salad **rau trộn** (*rah-oo jọhn*)

salary **tiền lương** (*tyền luh-ang*)

salesperson **nhân viên bán hàng** (*nyun vyen báhn hàhng*)

salt **muối** (*moo-óh-ee*)

salty **mặn** (*mạn*)

satisfied **hài lòng** (*hài làwng*)

savings account **tài khoản tiết kiệm** (*tài khwảhn tyét kyẹm*)

say (*v*) **nói** (*nóy*)

scarf **khăn choàng cổ** (*khan chwàhng kỏh*)

scenic spot **thắng cảnh** (*tháng kảing*)

school **trường học** (*jùh-ang hạwk*)

sculptured product **shàng điêu khắc** (*hàhng dyew khák*)

sea **biển** (*byẻn*)

seafood **hải sản** (*hải sảhn*)

season (*n*) **mùa** (*mòo-a*)

seat belt **dây an toàn** (*day ahn twàhn*)

secretary **thư ký** (*thuh kée*)

see **nhìn thấy** (*nyèen tháy*)

seldom **ít khi** (*éet khee*)

select (*v*) **chọn** (*chạwn*)

selfish **ích kỷ** (*éek kẻe*)

sell **bán** (*báhn*)

seller **người bán hàng** (*ngùh-a ee báhn hàhng*)

send **gửi** (*gủh-ee*)

sender **người gửi** (*ngùh-a-ee gủh-ee*)

sentence (words) **câu** (*koh-oo*)

serious (grave) **nghiêm trọng** (*ngyem jọong*)

service **dịch vụ** (*yẹek vọo*)

shampoo **dầu gội đầu** (*yòh-oo gọh-ee dòh-oo*)

shave (*v*) **cạo râu** (*kọw roh-oo*)

shawl **khăn choàng** (*khan chwàhng*)

ship **tàu thủy** (*tàh-oo thwée*)

shirt **áo sơ-mi** (*ów suh mee*)

shoes **giày** (*yàh-ee*)

shop (*n*) **tiệm** (*tyẹm*)

shopping mall **khu mua sắm** (*khoo moo-a sám*)

short (in length) **ngắn** (*ngán*)

shorts **quần đùi** (*kwùn dòo-ee*)

shoulder **vai** (*vai*)

sick **bị bệnh** (*bẹe bạyng*)

sightsee **đi thăm các thắng cảnh** (*dee tham kák tháng kảing*)

sign (*v*) **ký tên** (*kée tayn*)

signature **chữ ký** (*chũh kée*)

silk **tơ lụa** (*tuh lọo-a*)

silk fabric **vải lụa** (*vải lọo-a*)

sing **hát** (*háht*)

singer **ca sĩ** (*kah sẽe*)

single (unmarried) **độc thân** (*dọhk thun*)

single room **phòng đơn** (*fàwng duhn*)

sink (*n*) **bồn rửa tay** (*bòhn rủh-a tah-ee*)

sit **ngồi** (*ngòh-ee*)

size **cỡ** (*kũh*)

ski **trượt tuyết** (*jụh-at twée-at*)

skin (*n*) **da** (*yah*)

skirt **váy đầm** (*váh-ee dùm*)

slang **tiếng lóng** (*tyéng láwng*)

slang expression **từ lóng** (*tùh láwng*)

sleep (*v*) **ngủ** (*ngỏo*)

sleeping car **toa có giường nằm** (*twah káw yùh-ang nàm*)

sleeping pills **thuốc ngủ** (*thoo-óhk ngỏo*)

sleepy **buồn ngủ** (*boo-òhn ngỏo*)

slow(ly) **chậm** (*chụm*)

small **nhỏ** (*nyảw*)

smell (*n*) **mùi** (*mòo-ee*)

snack (*n*) **món ăn vặt** (*máwn an vạt*)

snake **con rắn** (*kawn rán*)

snake wine **rượu rắn** (*rụh-oo rán*)

snow (*n*) **tuyết** (*twée-at*)

soap (*n*) **xà bông** (*sàh bohng*)

soccer **đá banh, bóng đá** (*dáh baing*) (*báwng dáh*)

society **xã hội** (*sãh họh-ee*)

sock (*n*) **vớ, tất** (*vúh*) (*tút*)

soda (soft drink) **nước ngọt** (*núh-ak ngạwt*)

software **nhu liệu** (*nyoo lyẹw*)

solve **giải quyết** (*yải kwét*)

sometimes **thỉnh thoảng** (*thẻeng thwảhng*)

son **con trai** (*kawn jai*)

song **bản nhạc** (*bảhn nyạhk*)

sore throat **sưng họng** (*suhng hạwng*)

soup **xúp** (*sóop*)

south **hướng nam** (*húh-ang nahm*)

Southeast Asia **Đông Nam Á** (*Dohng Nahm Áh*)

souvenir **đồ lưu niệm** (*dòh luh-oo nyẹm*)

soy sauce **nước tương** (*núh-ak tuh-ang*)

spacious **rộng** (*rọhng*)

speak **nói** (*nóy*)

special **đặc biệt** (*dạk byẹt*)

spend **tiêu** (*tyew*)

spicy **cay** (*kah-ee*)

spoon **cái muỗng, cái thìa** (*kái moo-õhng*) (*kái thèe-a*)

sport (*n*) **thể thao** (*thẻh thow*)

spring (season) **mùa xuân** (*mòo-a swun*)

stamp (*n*) **tem** (*tem*)

stay (*v*) **ở** (*ủh*)

steal (*v*) **ăn cắp** (*an káp*)

stock (*n*) **chứng khoán** (*chúhng khwáhn*)

stock market **thị trường chứng khoán** (*thẹe jùh-ang chúhng khwáhn*)

stomach **bụng** (*bọong*)

stomach ache **đau bụng** (*dah-oo bọong*)

stop (*v*) **ngừng lại** (*ngùhng lại*)

storm (*n*) **bão** (*bõw*)

strange **lạ** (*lạh*)

street **con đường** (*kawn dùh-ang*)

stressed-out **bị căng thẳng** (*bẹe kang thảng*)

strong **mạnh** (*mạing*)

study (learn) **học** (*hạwk*)

stupid **ngu** (*ngoo*)

succeed **thành công** (*thàing kohng*)

suddenly **bất thình lình** (*bút thèeng lèeng*)

sugar **đường** (*dùh-ang*)

suggest **đề nghị** (*dèh ngẹe*)

suit (set of clothes) **bộ com-lê** (*bọh kawm leh*)

suitcase **va-li** (*vah lee*)

summer **mùa hè** (*mòo-a hè*)

sunny **nắng** (*náng*)

supermarket **siêu thị** (*syew thẹe*)

surpised **ngạc nhiên** (*ngạhk nyen*)

sweater **áo len** (*ów len*)

sweet **ngọt** (*ngạwt*)

sweetheart **người yêu** (*ngùh-a-ee yew*)

swim (*v*) **bơi** (*buh-ee*)

swimming pool **hồ bơi, bể bơi** (*hòh buh-ee*) (*bẻh buh-ee*)

symptom **triệu chứng** (*jẹw chúhng*)

T

table **bàn** (*bàhn*)

take pictures **chụp hình** (*chọop hèeng*)

tailor **thợ may** (*thụh mah-ee*)

talk (*v*) **nói chuyện** (*nóy chwẹe-an*)

tall **cao** (*kow*)

taxi **xe tắc-xi** (*se ták see*)

tea **nước trà** (*núh-ak jàh*)

teach oneself **tự học** (*tụh hạwk*)

teacher (female) **cô giáo** (*koh yów*)

teacher (male) **thầy giáo** (*thày yów*)

telephone **điện thoại** (*dyẹn thwại*)

telephone directory **danh bạ điện thoại** (*yaing bạh dyẹn thwại*)

television **truyền hình, ti-vi** (*jwèe-an hèeng*) (*tee vee*)

tell **kể** (*kẻh*)

temple **chùa** (*chòo-a*)

textbook **sách giáo khoa** (*sáik yów khwah*)

thank **cám ơn** (*káhm uhn*)

think **nghĩ** (*ngẽe*)

thirsty **khát nước** (*kháht núh-ak*)

this month **tháng này** (*tháhng nàh-ee*)

this week **tuần này** (*twùn nàh ee*)

this year **năm nay** (*nam nah-ee*)

throat **họng** (*hạwng*)

throughout **suốt** (*soo-óht*)

thumb **ngón tay cái** (*ngáwn tah-ee kái*)

ticket **vé** (*vé*)

ticket collector **nhân viên soát vé** (*nyun vyen swáht vé*)

ticket office **phòng bán vé** (*fàwng báhn vé*)

ticket window **cửa bán vé** (*kủh-a báhn vé*)

tight (fit) **chật** (*chụt*)

time (*n*) **thời gian** (*thùh-ee yahn*)

timetable **thời gian biểu** (*thùh-ee yahn byểw*)

tip (*n*) **tiền boa** (*tyèn bwah*)

tired **mệt** (*mẹht*)

today **hôm nay** (*hohm nah-ee*)

toenail **móng chân** (*máwng chun*)

toilet **nhà vệ sinh** (*nyàh vẹh seeng*)

toilet paper **giấy vệ sinh** (*yáy vẹh seeng*)

tomato **trái cà chua** (*jái kàh choo-a*)

tomorrow **ngày mai** (*ngàh-ee mai*)

tongue **lưỡi** (*lũh-a-ee*)

tonight **tối nay** (*tóh-ee nah-ee*)

tooth **răng** (*rang*)

toothache **đau răng** (*dah-oo rang*)

toothpick **tăm xỉa răng** (*tam sẻe-a rang*)

tour guide **hướng dẫn viên du lịch** (*húh-ang yũn vyen yoo lẹek*)

tourist **du khách** (*yoo kháik*)

tourist attraction **địa điểm du lịch** (*dẹe-a dyểm yoo lẹek*)

town **thị xã** (*thẹe sãh*)

tradition **truyền thống** (*jwèn thóhng*)

traffic **xe cộ** (*se kọh*)

train (*n*) **xe lửa** (*se lủh-a*)

train car **toa xe lửa** (*twah se lủh-a*)

train station **ga xe lửa** (*gah se lủh-a*)

train ticket **vé xe lửa** (*vé se lủh-a*)

transfer money **chuyển tiền** (*chwẻe-an tyèn*)

translate into **dịch sang** (*yẹek sahng*)

translator (interpreter) **thông dịch viên** (*thohng yẹek vyen*)

travel (for pleasure) **du lịch** (*yoo lẹek*)

travel agency **hãng du lịch** (*hãhng yoo lẹek*)

trim (*v*) **tỉa** (*tẻe-a*)

trip (*n*) **chuyến đi** (*chwén dee*)

trust (*v*) **tin cậy** (*teen kạy*)

try on (clothes) **mặc thử** (*mạk thủh*)

try on (hats) **đội thử** (*dọh-ee thủh*)

try on (shoes) **mang thử** (*mahng thủh*)

T-shirt **áo thun** (*ów thoon*)

turkey **gà tây** (*gàh tay*)

turn left **rẽ trái, quẹo trái** (*rẽ jái*) (*kwẹ-oo jái*)

turn right **rẽ phải, quẹo mặt** (*rẽ fải*) (*kwẹ-oo mạt*)

tutor (*v*) **dạy kèm** (*yạh-ee kèm*)

tutor (*n*) **gia sư** (*yah suh*)

U

umbrella **cây dù** (*kay yòo*)

uncomfortable **không thoải mái** (*khohng thwải mái*)

unconscious **bất tỉnh** (*bút tẻeng*)

understand **hiểu** (*hyẻw*)

underwear **đồ lót** (*dòh láwt*)

university **trường đại học** (*jùh-ang dại hạwk*)

unlucky **không may mắn** (*khohng mah-ee mán*)

unpleasant **khó chịu** (*kháw chẹe-oo*)

urgent **cấp bách** (*kúp báik*)

urine **nước tiểu** (*núh-ak tyẻw*)

US dollars **Mỹ kim** (*Mẽe keem*)

USA **Hoa Kỳ** (*Hwah Kèe*)

use (*v*) **dùng** (*yòong*)

used **cũ** (*kõo*)

useful **hữu dụng** (*hũh-oo yọong*)

useless **vô dụng** (*voh yọong*)

usually **thường** (*thùh-ang*)

V

vacancy **phòng trống** (*fàwng jóhng*)

valley **thung lũng** (*thoong lõong*)

valuable (*adj*) **quý giá** (*kwée yáh*)

vase **lọ hoa** (*lạw hwah*)

vegetable **rau** (*rah-oo*)

vegetarian dish **món chay** (*máwn chah-ee*)

vegetarian noodle soup **phở chay, mì chay** (*fủh chah-ee*) (*mèe chah-ee*)

very **rất, lắm** (*rút*) (*lám*)

Vietnamese currency **tiền Việt, đồng** (*tyèn Vyẹt*) (*dòhng*)

Vietnamese language **tiếng Việt** (*tyéng vyẹt*)

view **cảnh** (*kảing*)

village **ngôi làng** (*ngoh-ee làhng*)

vinegar **giấm** (*yúm*)

virus **siêu vi khuẩn** (*syew vee khwủn*)

visit (*v*) **đi thăm** (*dee tham*)

voice mail **hộp thư nhắn** (*họhp thuh nyán*)

volleyball **bóng chuyền** (*báwng chwèn*)

vomit **nôn, ói** (*nohn*) (*óy*)

W

waist **eo** (*e-oo*)

wait (*v*) **chờ, đợi** (*chùh*) (*dụh-ee*)

waiter **nhân viên phục vụ** (*nyun vyen fook vọo*)

waiting area **phòng chờ** (*fàwng chùh*)

walk (*v*) **đi bộ** (*dee bọh*)

wall **tường** (*tùh-ang*)

wallet **ví, bóp** (*vée*) (*báwp*)

want (*v*) **muốn** (*moo-óhn*)

war **chiến tranh** (*chyén jaing*)

warm **ấm** (*úm*)

wash (hair) **gội** (*gọh-ee*)

wash (one's clothes) **giặt** (*yạt*)

wash (one's hands) **rửa** (*rủh-a*)

watch (*v*) **xem** (*sem*)

watch (a timepiece) **đồng hồ đeo tay** (*dòhng hòh de-oo tah-ee*)

water (*n*) **nước** (*núh-ak*)

water buffalo **con trâu** (*kawn joh-oo*)

waterfall **thác** (*tháhk*)

watermelon **trái dưa hấu** (*jái yuh-a hóh-oo*)

we (exclusive) **chúng tôi** (*chóong toh-ee*)

we (inclusive) **chúng ta** (*chóong tah*)

we (talking to elders) **chúng cháu** (*chóong cháh-oo*)

weak **yếu** (*yéw*)

wealthy **giàu** (*yàh-oo*)

wear (clothes) **mặc** (*mạk*)

wear (hats) **đội** (*dọh-ee*)

wear (shoes) **mang** (*mahng*)

weather **thời tiết** (*thùh-ee tyét*)

weather forecast **dự báo thời tiết** (*yụh bów thùh-ee tyét*)

wedding **đám cưới** (*dáhm kúh-a-ee*)

wedding anniversary **lễ kỷ niệm ngày cưới** (*lẽh kẻ nyẹm ngàh-ee kúh-a-ee*)

week **tuần** (*twùn*)

weekday **ngày thường** (*ngàh-ee thùh-ang*)

weekend **cuối tuần** (*koo-óh-ee twùn*)

weep **khóc** (*kháwk*)

weight **trọng lượng** (*jạwng lụh-ang*)

welcome **chào mừng** (*chòw mùhng*)

west **hướng tây** (*húh-ang tay*)

wharf **bến tàu** (*báyn tàh-oo*)

white **màu trắng** (*màh-oo jáng*)

white wine **rượu vang trắng** (*rụh-a-oo vahng jáng*)

width **chiều rộng** (*chyèw rọhng*)

wife **vợ** (*vụh*)

wind **gió** (*yáw*)

window **cửa sổ** (*kủh-a sỏh*)

window seat **ghế cạnh cửa sổ** (*géh kạing kủh-a sỏh*)

windy **nhiều gió** (*nyèw yáw*)

wine **rượu vang** (*rụh-a-oo vahng*)

winter **mùa đông** (*mòo-a dohng*)

wish **chúc** (*chóok*)

withdraw money **rút tiền** (*róot tyèn*)

woman **người phụ nữ** (*ngùh-a-ee fọo nũh*)

word **chữ** (*chũh*)

work (*v*) **làm việc** (*làhm vyẹk*)

work (*n*) **việc làm** (*vyẹk làhm*)
work phone numbers **ố điện thoại văn phòng** (*sóh dyẹn thwại van fàwng*)
world **thế giới** (*théh yúh-ee*)
worry (*v*) **lo lắng** (*law láng*)
wound (n) **vết thương** (*véht thuh-ang*)
wrist **cổ tay** (*kỏh tah-ee*)
wrist support **băng nẹp cổ tay** (*bang nẹp kỏh tah-ee*)
wristwatch **đồng hồ đeo tay** (*dòhng hòh de-oo tah-ee*)
write **viết** (*vyét*)
writer **nhà văn** (*nyàh van*)
wrong **sai** (*sai*)

X

X ray (*n*) **quang tuyến X** (*kwahng twén eek sùh*)

Y

year **năm** (*nam*)
yellow **màu vàng** (*màh-oo vàhng*)
yesterday **hôm qua** (*hohm kwah*)
yoga **yo ga** (*yoh gah*)
yogurt **sữa chua** (*sũh-a choo-a*)
young **trẻ** (*jẻ*)
younger brother **em trai** (*em jai*)
younger sister **em gái** (*em gái*)

Z

zip code **mã số bưu chính** (*mãh sóh buh-oo chéeng*)
zoo **sở thú** (*sủh thóo*)

Vietnamese–English Glossary

A

a lô (*ah loh*) hello (answering the phone)
an toàn (*ahn twàhn*) safe (*adj*)
an ủi (*ahn ỏo-ee*) console
anh (*aing*) older brother
anh chị em họ (*aing chẹe em họw*) cousins
áo đầm (*ów dùm*) dress (*n*)
áo khoác (*ów khwáhk*) jacket, coat
áo len (*ów len*) sweater
áo mưa (*ów muh-a*) raincoat
áo sơ-mi (*ów suh mee*) shirt
áo sơ mi phụ nữ (*ów suh mee fọo nũh*) blouse
áo thun (*ów thoon*) T-shirt
áp huyết (*áhp hwét*) blood pressure
ăn (*an*) eat
ăn cắp (*an káp*) steal (*v*)
ăn mừng (*an mùhng*) celebrate
ẩm (*ửm*) humid
ấm (*úm*) warm

B

ba lô (*bah-loh*) backpack
bác sĩ (*báhk sẽe*) doctor
bác sĩ tâm thần (*báhk sẽe tum thùn*) psychiatrist
bãi biển (*bãi byẻn*) beach
bãi đậu xe (*bãi dọh-oo se*) parking lot
bài học (*bài hạwk*) lesson
bài thơ (*bài thuh*) poem
bàn (*bàhn*) table
bàn chân (*bàhn chun*) foot
bàn cổ (*bàhn kỏh*) antique table
bàn giấy (*bàhn yáy*) desk
bàn tay (*bàn tah-ee*) hand (*n*)
bàn thờ (*bàhn thùh*) altar
bàn tiếp tân (*bàhn tyép tun*) reception desk, front desk
bản đồ (*bảhn dòh*) map

bản nhạc (*bảhn nyạhk*) song
bạn (*bạhn*) friend
bạn gái (*bạhn gái*) girlfriend
bạn học (*bạhn hạwk*) classmate
bạn thân (*bạhn thun*) close friend
bạn thân nhất (*bạhn thun nyút*) best friend
bạn trai (*bạhn jai*) boyfriend
bán (*báhn*) sell
bánh mì (*báing mèe*) bread
bao gồm (*bow gòhm*) include
bao lâu? (*bow loh-oo*) how long?
bao nhiêu? (*bow nyew*) how much?
bao xa? (*bow sah*) how far?
bảo hiểm (*bỏw hyẻm*) insurance
bảo vệ (*bỏw vẹh*) protect
báo (*bów*) newspaper
bão (*bõw*) storm (*n*)
băng cá nhân (*bang káh nyun*) Band-Aid
băng nẹp cổ tay (*bang nẹp kỏh tah-ee*) wrist support
băng nẹp lưng (*bang nẹp luhng*) back support
bằng chứng (*bàng chúhng*) proof (legal)
băng cứu thương (*bang kúh-oo thuh-ang*) bandage
bằng lái (*bàng lái*) driver's license
bắp (*báp*) corn
bắt đầu (*bát dòh-oo*) begin
bắt giữ (*bát yũh*) arrest
bận (*bụn*) busy
bất cẩn (*bút kủn*) careless
bất chấp (*bút chúp*) regardless
bất hợp pháp (*bút hụhp fáhp*) illegal
bất thình lình (*bút thèeng lèeng*) suddenly
bất tiện (*bút tyẹn*) inconvenient
bất tỉnh (*bút tẻeng*) unconscious
bây giờ (*bay yùh*) now
bên tay phải (*bayn tah-ee fải*) on the right-hand side
bên tay trái (*bayn tah-ee jái*) on the left-hand side

bên tay trái (*bayn tah-ee jáh-ee*) left (*n*)
bến tàu (*báyn tàh-oo*) wharf
bến xe đò (*béhn se*) coach station
bến xe buýt (*báyn se hwóct*) bus station
bệnh nhân (*bạyng nyun*) patient (*n*)
bệnh suyễn (*bạyng swẽe-an*) asthma
bệnh tiểu đường (*bạyng tyẻw dùh-ang*)
  diabetes
bệnh viêm da (*bạyng vyem yah*)
  dermatitis
bệnh viện (*bạyng vyẹn*) hospital
bị bệnh (*bẹe bạyng*) sick, ill
bị căng thẳng (*bẹe kang thảng*)
  stressed-out
bị đau (*bẹe dah-oo*) hurt
bị đứt tay (*bẹe dúht tah-ee*) cut (skin
  wound in the hand)
bị hư (*bẹe huh*) broken
bị ngứa (*bẹe ngúh-a*) itchy
bị nhiễm trùng (*bẹe nyẽm jòong*)
  infected
bị phỏng (*bẹe fảwng*) burn
bị thương (*bẹe thuh-ang*) injury
bia (*bee-a*) beer
biên lai (*byen lai*) receipt
biển (*byẻn*) sea
biết (*byét*) know
biết ơn (*byét uhn*) grateful
bình sơn mài (*bèeng suhn mài*)
  lacquered vase
bình thường (*bèeng thùh-ang*) normal
bóng chuyền (*báwng chwèn*) volleyball
bóng đá (*báwng dáh*) soccer
bóng rổ (*báwng rỏh*) basketball
bóp (*báwp*) wallet
bộ bài (*bọh bài*) pack of cards
bộ com-lê (*bọh kawm leh*) suit (set of
  clothes)
bộ đồ ngủ (*bọh dòh ngỏo*) pajamas
bối rối (*bóh-ee róh-ee*) confused,
  nervous
bồn rửa tay (*bòhn rủh-a tah-ee*) sink (*n*)
bồn tắm (*bòhn tám*) bathtub
bông (*bohng*) flower
bơ (*buh)* butter
bờ biển (*bùh byẻn*) coast

bơi (*buh-ee*) swim (*v*)
bớt (*búht*) come down (prices)
bữa sáng (*bũh-u sàhng*) breakfast
bữa tối (*bũh-a tóh-ee*) dinner
bữa trưa (*bũh-a juh-a*) lunch
bức tranh (*búhk jaing*) painting
  (painted picture)
bức tranh sơn dầu (*búhk jaing suhn
  yòh-oo*) oil painting
bức tranh sơn mài (*búhk jaing suhn
  mài*) lacquered painting
bức tranh thêu (*búhk jaing theh-oo*)
  embroidered painting
bụi bặm (*boo-ee bạm*) dusty
bụng (*bọong*) stomach, abdomen, belly
buổi chiều (*boo-ỏh-ee chyèw*) evening
buồn ngủ (*boo-òhn ngỏo*) sleepy
buồn (*boo-òhn*) sad
buồn ói (*boo-òhn óy*) nausea
bưu cước (*buh-oo kúh-ak*) postage
bưu điện (*buh-oo dyẹn*) post office
bưu thiếp (*buh-oo thyép*) postcard

C

ca sĩ (*kah sẽe*) singer
cá (*káh*) fish (*n*)
cá bông lau (*káh bohng lah-oo*) catfish
cá chiên (*káh chyen*) fried fish
cà phê (*kàh feh*) coffee
cà phê đen (*kàh feh den*) black coffee
cà phê sữa (*kàh feh sũh-a*) coffee with
  milk
cà vạt (*kàh vạht*) necktie
cách đây (*káik day*) ago
cái đĩa (*kái yẽe-a*) plate
cái ghế (*kái géh*) chair
cái gối (*kái góh-ee*) pillow
cái muỗng/thìa (*kái moo-õhng*) (*thèe-a*)
  spoon
cái nĩa (*kái nẽe-a*) fork (*n*)
cái rổ (*kái rỏh*) basket
cám ơn (*káhm uhn*) thank
cảm (*kảhm*) cold (ailment)
cảm tình (*kảhm tèeng*) affection

can đảm (*kahn dảhm*) brave

cánh đồng (*káing dòhng*) field (farming) (*n*)

cánh tay (*káing tah-ee*) arm

cảnh (*kảing*) view

ca-nô (*kah noh*) motorboat

cà-rốt (*kàh-róht*) carrot

cao (*kow*) high, tall

cao huyết áp (*kow hwét áhp*) high blood pressure

cạo râu (*kọw roh-oo*) shave (*v*)

cay (*kah-ee*) spicy

căn bản (*kan bảhn*) basic

căn phòng (*kan fàwng*) room

cắn (*kán*) bite (*v*)

cẩn thận (*kủn thụn*) careful

cần thiết (*kùn thyét*) necessary

cắt (*kát*) cut (hair)

cắt ngắn (*kát ngán*) crew cut

cấm (*kúm*) ban (*v*)

cần (*kùn*) need (*v*)

cấp bách (*kúp báik*) urgent

cấp cứu (*kúp kúh-oo*) emergency

cập bến (*kụp báyn*) dock (*v*)

câu (*koh-oo*) sentence (words)

câu hỏi (*koh-oo hỏy*) question (*n*)

câu lạc bộ (*koh-oo lạhk bọh*) club (organization)

cầu hôn (*kòh-oo hohn*) propose (marriage)

cầu nguyện (*kòh-oo ngwẹn*) pray

cây cầu (*kay kòh-oo*) bridge

cây dù (*kay yòo*) umbrella

cây viết chì (*kay vyét chèe*) pencil

cây viết mực (*kay vyét mụhk*) pen

cây xăng (*kay sang*) gas station

cha, ba, bố (*chah*) (*bah*) (*bóh*) father

chả giò (*chảh yàw*) egg roll

chai (*chai*) bottle

chai bia (*chai bee-a*) bottle of beer

chai nước (*chai núh-ak*) bottle of water

chán (*cháhn*) bored, boring

chán đời (*cháhn dùh-ee*) depressed

chào (*chòw*) hello, goodbye

chào mừng (*chòw mùhng*) welcome

cháu gái (*cháh-oo gái*) niece

cháu trai (*cháh-oo jai*) nephew

chảy máu (*chảh-ee máh-oo*) bleed

chạy (*chạh-ee*) run (*v*)

chắc chắn (*chák chán*) certain

châm cứu (*chum kúh-oo*) acupuncture

chậm (*chụm*) slow(ly)

chân (*chun*) leg

chấp thuận (*chúp thwụn*) approve

chất lượng (*chút lụh-ang*) quality

chật (*chụt*) tight (fit)

chén (*chén*) bowl

chết (*cháyt*) dead (*adj*), die (*v*)

chi phiếu (*chee fyéw*) check (issued by a bank)

chi tiết (*chee tyét*) detail (*n*)

chỉ ... thôi (*chée ... thoh-ee*) only

chỉ đường (*chée dùh-ang*) give directions

chị (*chẹe*) older sister

chìa khóa (*chèe-a khwáh*) key

chìa khóa phòng (*chèe-a khwáh fàwng*) room key

chích (*chéek*) injection

chích ngừa cúm (*chéek ngùh-a kóom*) flu shot

chiếc đũa (*chyék dõo-a*) chopstick

chiến tranh (*chyén jaing*) war

chiên (*chyen*) fry

chiều cao (*chyèw kow*) height

chiều dài (*chyèw yài*) length

chiều rộng (*chyèw rọhng*) width

chín (*chéen*) ripe

chính hiệu (*chéeng hyẹw*) authentic

chính quyền (*chéeng kwèn*) government

chính trị (*chéeng jẹe*) politics

chính xác (*chéeng sáhk*) accurate

cho phép (*chaw fép*) allow

cho thuê (*chaw thweh*) for rent

chọn (*chạwn*) choose, select

chóng mặt (*cháwng mạt*) dizziness

chờ (*chùh*) wait (*v*)

chở (*chủh*) drive (*v*)

chợ (*chụh*) market

chợ đen (*chụh den*) black market

chợ trời (*chụh jùh-ee*) flea market

chồng (*chòhng*) husband
chủ (*chỏo*) employer
chủ nhân (*chỏo nyun*) owner
chú rể (*chóo rẻh*) bridegroom
chùa (*chòo-a*) pagoda, temple
chuẩn bị (*chwủn bẹe*) prepare
chục (*chọok*) dozen
chúc (*chóok*) wish
chúc mừng (*chóok mùhng*) congratulate
chúng cháu (*chóong cháh-oo*) we
   (talking to elders)
chúng ta (*chóong tah*) we (inclusive)
chúng tôi (*chóong toh-ee*) we (exclusive)
chụp hình (*chọop hèeng*) take pictures
chuyên viên thẩm mỹ (*chwee-an vyen
   thủm mẽe*) beautician
chuyến bay (*chwée-an bah-ee*) flight (*n*)
chuyến đi (*chwén dee*) trip (*n*)
chuyến bay đến (*chwée-an bah-ee dáyn*)
   arriving flight
chuyến bay đi (*chwée-an bah-ee dee*)
   departing flight
chuyến bay số (*chwée-an bah-ee sóh*)
   flight number
chuyển tiền (*chwée-an tyèn*) transfer
   money
chuyến xe lửa đến (*chwée-an se lủh-a
   dáyn*) arriving train
chuyến xe lửa đi (*chwée-an se lủh-a
   dee*) departing train
chữ (*chũh*) word
chữ ký (*chũh kée*) signature
chưa (*chuh-a*) not yet
chứng khoán (*chúhng khwáhn*) stock
   (*n*)
chứng minh (*chúhng meeng*) prove
chứng nhận (*chúhng nyụn*) certify
có (*káw*) have
có gia đình (*káw yah dèeng*) married
có khả năng (*káw khảh nang*)
   competent
có lẽ (*káw lẽ*) maybe, perhaps
có thể (*káw thẻh*) possible, can (*aux v*)
coi chừng (*koy chùhng*) beware of
con bướm (*kawn búh-am*) butterfly
con chim (*kawn cheem*) bird

con chim cút (*kawn cheem kóot*) quail
con chó (*kawn cháw*) dog
con chuột (*kawn chọo-at*) mouse
con dao (*kawn yow*) knife
con đường (*kawn dùh-ang*) road, street
con ếch (*kawn áyk*) frog
con gái (*kawn gái*) daughter
con gấu trúc (*kawn góh-oo jóok*) panda
con mèo (*kawn mè-oo*) cat
con muỗi (*kawn mõo-a-ee*) mosquito
con ong (*kawn awng*) bee
con rắn (*kawn rán*) snake
con rồng (*kawn ròhng*) dragon
còn sống/xanh (*kàwn sóhng*) (*saing*)
   green (unripe)
con (*kawn*) children
con trai (*kawn jai*) boy, son
con trâu (*kawn joh-oo*) water buffalo
cô dâu (*koh yoh-oo*) bride
cô giáo (*koh yów*) teacher (female)
cô nhi viện (*koh nyee vyẹn*) orphanage
cổ tay (*kỏh tah-ee*) wrist
cổ xưa (*kỏh suh-a*) ancient
cổ (*kỏh*) neck
cốc-tai (*kóhk tai*) cocktail
công an (*kohng ahn*) police (in Vietnam)
công dân (*kohng yun*) citizen
Công giáo (*Kohng Yów*) Catholicism
công nhân (*kohng nyun*) factory worker
công ty (*kohng tee*) company
công viên (*kohng vyen*) park
cổng số (*kỏhng sóh*) gate number
   (airport)
cộng đồng (*kọhng dòhng*) community
cơ hội (*kuh họh-ee*) chance, opportunity
cờ quốc tế (*kùh kóo-ak téh*) chess
   (international)
cờ tướng (*kùh túh-ang*) chess (Chinese)
cỡ (*kũh*) size
cơm (*kuhm*) rice (cooked)
cơm chiên (*kuhm chyen*) fried rice
cơm gà (*kuhm gàh*) chicken and rice
cơm thịt nướng (*kuhm thẹet núh-ang*)
   grilled pork and rice
cơn đau tim (*kuhn dah-oo teem*) heart
   attack

cũ (*kõo*) used, old
của (*kỏo-a*) of
cúm (*kóom*) flu
cung cấp (*koong kúp*) provide
cung điện (*koong dyẹn*) palace
cũng (*kõong*) also
cuộc sống (*koo-ọhk sóhng*) life
cuối tuần (*koo-óh-ee twùn*) weekend
cuốn sách (*koo-óhn sáik*) book
cửa (*kủh-a*) door
cửa bán vé (*kủh-a báhn vé*) ticket office
cửa sổ (*kủh-a sỏh*) window
cười (*kủh-a-ee*) laugh

D

da (*yah*) skin (*n*)
dã cầu (*yãh kòh-oo*) baseball
dài (*yài*) long
danh bạ điện thoại (*yaing bạh dyẹn thwại*) telephone directory
danh sách (*yaing sáik*) list (*n*)
dãy phố (*yãh-ee fóh*) city blocks
dạy kèm (*yạh-ee kèm*) tutor (*v*)
dân ca (*yun kah*) folk song
dầu gió xanh (*yòh-oo yáw saing*) medicated oil
dầu gội đầu (*yòh-oo gọh-ee dòh-oo*) shampoo
dầu khuynh diệp (*yòh-oo khweeng yẹe-ap*) eucalyptus oil
dây an toàn (*day ahn twàhn*) seat belt
dễ (*yẽh*) easy
dễ chịu (*yẽh chẹe-oo*) pleasant
di tích (*yee téek*) relic
dị ứng (*yẹe úhng*) allergy
dịch sang (*yẹek sahng*) translate into
dịch vụ (*yẹek vọo*) service
diễn viên (*yẽn vyen*) actor
dịp (*yẹep*) occasion
doanh nhân (*ywaing nyun*) entrepreneur
dồi dào (*yòh-ee yòw*) abundant
dơ (*yuh*) dirty
du khách (*yoo kháik*) tourist
du lịch (*yoo lẹek*) travel (for pleasure)

du ngoạn bằng tàu (*yoo ngwạhn bàng tàh-oo*) cruise
dùng (*yòong*) use (*v*)
dụng cụ trợ thính (*yọong kọo jụh théeng*) hearing aid
duyên dáng (*ywen yáhng*) charming
dự án (*yụh áhn*) project (*n*)
dự báo thời tiết (*yụh bów thùh-ee tyét*) weather forecast
dự tính (*yụh téeng*) intend
dược sĩ (*yụh-ak sẽe*) pharmacist

Đ

đá (*dáh*) ice
đá banh (*dáh baing*) soccer
đại dương (*dại yuh-ang*) ocean
đại học (*dại hạwk*) college, university
đại học cộng đồng (*dại hạwk kọhng dòhng*) community college
đại sứ quán (*dại súh kwáhn*) embassy
đám cưới (*dáhm kúh-a-ee*) wedding
đám tang (*dáhm tahng*) funeral
đang (*dahng*) currently (happening)
đáng tin cậy (*dáhng teen kạy*) reliable
đánh (*dáing*) beat (*v*)
đạo Phật (*dọw Fụt*) Buddhism
đảo (*dỏw*) island
đau (*dah-oo*) pain (*n*)
đau bao tử (*dah-oo bow tửh*) gastritis
đau bụng (*dah-oo bọong*) stomach ache
đau lưng (*dah-oo luhng*) backache
đau răng (*dah-oo rang*) toothache
đặc biệt (*dạk byẹt*) special
đằng kia (*dàng kee-a*) over there
đắng (*dáng*) bitter
đắt (*dát*) expensive
đặt phòng (*dạt fàwng*) reserve a room
đấm bóp (*dúm báwp*) massage
đất (*dút*) land (*n*)
đầu (*dòh-oo*) head (*n*)
đầu bếp (*dòh-oo báyp*) chef, cook (*n*)
đầu gối (*dòh-oo góh-ee*) knee (*n*)
đầu tư (*dòh-oo tuh*) invest
đậu (*dọh-oo*) bean

đậu phộng (*dọh-oo fọhng*) peanut
đậu xanh (*dọh-oo saing*) mung bean
đây (*day*) here
đem (*dem*) bring
đèn pin (*dèn peen*) flashlight
đèn (*dèn*) lamp
đẹp (*dẹp*) beautiful
đẹp trai (*dẹp jai*) handsome
đề nghị (*dèh ngẹe*) suggest, propose
 (a plan)
để (*dẻh*) let
đếm (*dáym*) count (*v*)
đi (*dee*) go
đi bộ (*dee bọh*) walk (*v*)
đi quanh (*dee kwaing*) get around
đi thăm (*dee tham*) visit (*v*)
đi thăm các thắng cảnh (*dee tham kák tháng kảing*) sightsee
đi thẳng (*dee thẳng*) go straight
đi theo (*dee the-oo*) follow
đi vào (*dee vòw*) enter
địa chỉ (*dẹe-a chẻe*) address
địa chỉ điện tử thư (*dẹe-a chẻe dyẹn tử thuh*) email address
địa điểm du lịch (*dẹe-a dyẻm yoo lẹek*) tourist attraction
điếc (*dyék*) deaf (*adj*)
điên (*dyen*) crazy
điện thoại (*dyẹn thwại*) telephone
điện thoại công cộng (*dyẹn thwại kohng kọhng*) pay/public phone
điện thoại di động (*dyẹn thwại yee dọhng*) cell phone
điện thư (*dyẹn thuh*) fax (*n*)
điện tử thư (*dyẹn tử thuh*) email
điếu thuốc lá (*dyéw thoo-óhk láh*) cigarette
định nghĩa (*dẹeng ngẽe-a*) define
đo lường (*daw lùh-ang*) measurement
đỏ mặt (*dảw mạt*) blush (*v*)
đoán (*dwáhn*) guess
đói (*dóy*) hungry
đón (*dáwn*) pick up (a friend)
đóng cửa (*dáwng kủh-a*) closed (shops)
đô la (*doh lah*) dollar
đồ cổ (*dòh kỏh*) antiques

đồ đạc (*dòh dạhk*) furniture
đồ gốm (*dòh góhm*) ceramics
đồ lót (*dòh láwt*) underwear
đồ lưu niệm (*dòh luh-oo nyẹm*)
 souvenir
đổ mồ hôi (*dỏh mòh hoh-ee*) perspire
độc thân (*dọhk thun*) single (unmarried)
đôi đũa (*doh-ee dõo-a*) pair of
 chopsticks
đôi giày (*doh-ee yàh-ee*) pair of shoes
đôi giày cao gót (*doh-ee yàh-ee kow gáwt*) pair of high heels
đổi phòng (*dỏh-ee fàwng*) change
 rooms
đổi tiền (*dỏh-ee tyèn*) exchange (money)
đội (*dọh-ee*) wear (hats)
đội thử (*dọh-ee thủh*) try on (hats)
đồng (*dòhng*) Vietnamese currency
đồng hồ báo thức (*dòhng hòh bów thúhk*) alarm clock
đồng hồ đeo tay (*dòhng hòh de-oo tah-ee*) wristwatch, watch (timepiece)
đồng hồ (*dòhng hòh*) clock
Đông Nam Á (*Dohng Nahm Áh*)
 Southeast Asia
đông người (*dohng ngùh-a-ee*) crowded
đồng ý (*dòhng ée*) agree, okay
động (*dọhng*) cavern
đợi (*dụh-ee*) wait (*v*)
đủ (*dỏo*) enough
đúng (*dóong*) correct (*adj*)
đúng vậy (*dóong vạy*) exactly
Đức Phật (*Dúhk Fụt*) Buddha
đường (*dùh-ang*) sugar

E

em bé (*em bé*) baby
em gái (*em gái*) younger sister
em trai (*em jai*) younger brother
eo (*e-oo*) waist

G

ga xe lửa (*gah se lửh-a*) train station
gà (*gàh*) chicken
gà quay (*gàh kwah-ee*) roast chicken
gà tây (*gàh tay*) turkey
gặp (*gạp*) meet
gần (*gùn*) close (*adj*), near (*adj*)
gần đây (*gùn day*) close by
ghế cạnh cửa sổ (*géh kạing kửh-a sỏh*) window seat
ghế cổ (*géh kỏh*) antique chair
ghế giữa (*géh yũh-a*) middle seat
ghét (*gét*) hate
gia đình (*yah dèeng*) family
gia sư (*yah suh*) tutor (*n*)
giá (*yáh*) price (*n*); bean sprout
giá cước (*yáh kúh-ak*) cab fare
giá phòng (*yáh fàwng*) room rates
giá vé xe buýt (*yáh vé se bwéet*) bus fare
già (*yàh*) old (age)
giả (*yảh*) fake (*adj*)
giả bộ (*yảh bọh*) pretend
giải quyết (*yải kwét*) solve
giải thích (*yải théek*) explain
giám đốc (*yáhm dóhk*) director (president), manager
giảm giá (*yảhm yáh*) discount
Giáng Sinh (*Yáhng Seeng*) Christmas
giáo dục (*yów yọok*) education
giáo sư (*yów suh*) professor
giàu (*yàh-oo*) wealthy
giày (*yàh-ee*) shoes
giày bốt (*yàh-ee bóht*) boot (*n*)
giày cao gót (*yàh-ee kow gáwt*) high heels
giặt (*yạt*) wash (one's clothes)
giấm (*yúm*) vinegar
giận (*yụn*) angry, mad
giấy phép (*yáy fép*) permit (*n*)
giấy chứng nhận (*yáy chúhng nyụn*) certificate
giấy khai sinh (*yáy khai seeng*) birth certificate
giấy thông hành (*yáy thohng hàing*) passport

giấy tính tiền (*yáy téeng tyèn*) check (in a restaurant)
giấy vệ sinh (*yáy vẹh seeng*) toilet paper
gió (*yáw*) wind
giọng (*yạwng*) accent
giờ (*yùh*) hour
giờ cao điểm (*yùh kow dyẻm*) rush hour
giờ đến (*yùh dáyn*) arrival time
giờ khởi hành (*yùh khửh-ee hàing*) departure time
giờ lên máy bay (*yùh lehn máh-ee bah-ee*) boarding time
giờ mở cửa (*yùh mủh kửh-a*) business hours
giới thiệu (*yúh-ee thyẹw*) introduce
giúp (*yóop*) help (*v*)
giường (*yùh-ang*) bed
gói hàng (*góy hàhng*) package
gọi (*gọy*) order (*v*) (for food)
gọi điện thoại (*gọy dyẹn thwại*) make a phone call
gọi điện thoại nội hạt (*gọy dyẹn thwại nọh-ee hạht*) local call
gọi điện thoại viễn liên (*gọy dyẹn thwại vyẽn lyen*) long-distance call
gọi lại (*gọy lại*) call back
gót chân (*gáwt chun*) heel
gội (*gọh-ee*) wash (hair)
gửi (*gủh-ee*) send; check (one's bags)
gửi tiền (*gủh-ee tyèn*) deposit (money)
gừng (*gùhng*) ginger

H

hài lòng (*hài làwng*) satisfied
hải sản (*hải sảhn*) seafood
hang (*hahng*) cave
hàng điêu khắc (*hàhng dyew khák*) sculptured products
hàng ngày (*hàhng ngàh-ee*) daily, every day
hàng xóm (*hàhng sáwm*) neighbor
hãng du lịch (*hãhng yoo lẹek*) travel agency

hãng hàng không (*hãhng hàhng khohng*) airlines

hạng nhất (*hạhng nyút*) first-class (*adj*)

hành khách (*hàing kháik*) passenger

hành lý (*hàing lée*) baggage

hành lý xách tay (*hàing lée sáik tah-ee*) carry-on

hạnh phúc (*hạing fóok*) happiness

hát (*háht*) sing

hay (*hah-ee*) interesting; or

hăng hái (*hang hái*) eager

hâm mộ (*hum mọh*) admire

hâm nóng (*hum náwng*) heat up

hấp dẫn (*húp yũn*) interesting

hấp tẩy (*húp tảy*) dry-clean

hậu quả (*họh-oo kwảh*) consequence

hết tiền (*háyt tyèn*) broke (*adj*)

hiếm khi (*hyém khee*) rarely

hiếu khách (*hyéw kháik*) hospitable

hiểu (*hyểw*) understand

hiểu lầm (*hyểw lùm*) misunderstand

ho (*haw*) cough (*v*)

hoa (*hwah*) flower

hoa hồng (*hwah hòhng*) rose

Hoa Kỳ (*Hwah Kèe*) USA

hoàn cảnh (*hwàhn kảing*) circumstance

hoàn tiền (*hwàhn tyèn*) refund (*v*)

hoạt động (*hwạht dọhng*) activity

học (*hạwk*) learn

hoặc (*hwạk*) or

hỏi (*hỏy*) ask

hỏi đường (*hỏy dùh-ang*) ask for directions

họng (*hạwng*) throat

hồ (*hòh*) lake

hồ bơi (*hòh buh-ee*) swimming pool

hộ chiếu (*họh chyéw*) passport

hối lộ (*hóh-ee lọh*) bribe (*v*)

hối suất (*hóh-ee swút*) exchange rate

hội chợ (*họh-ee chụh*) fair (*n*)

hôm nay (*hohm nah-ee*) today

hôm qua (*hohm kwah*) yesterday

hông (*hohng*) hip

hộp (*họhp*) box

hộp đêm (*họhp daym*) nightclub

hộp sơn mài (*họhp suhn mài*) lacquered box

hộp thư nhắn (*họhp thuh nyán*) voice mail

hơn (*huhn*) more (-er)

hơn nữa (*huhn nũh-a*) moreover

hợp đồng (*hụhp dòhng*) contract (*n*)

hủy bỏ (*hwẻe bảw*) cancel

hứa (*húh-a*) promise (*v*)

hướng bắc (*húh-ang bák*) north

hướng dẫn viên (*húh-ang yũn vyen*) guide (person)

hướng dẫn viên du lịch (*húh-ang yũn vyen yoo lẹek*) tour guide

hướng đông (*húh-ang dohng*) east

hướng nam (*húh-ang nahm*) south

hướng tây (*húh-ang tay*) west

hữu dụng (*hũh-oo yọong*) useful

hy vọng (*hee vạwng*) hope (*v*)

I

ích kỷ (*éek kẻe*) selfish

in (*een*) print (*v*)

In-tờ-nét, mạng (*Een tùh nét*) (*mạhng*) Internet

ít (*éet*) little

ít khi (*éet khee*) seldom

K

karaôkê (*kah rah oh keh*) karaoke

kem (*kem*) ice cream

kẹo (*kẹ-oo*) candy

kẹo ho (*kẹ-oo haw*) cough drop

kẹo sinh-gôm (*kẹ-oo seeng gohm*) chewing gum

kế toán viên (*kéh twáhn vyen*) accountant

kể (*kẻh*) tell

kết luận (*káyt lwụn*) conclude

khả năng (*khảh nang*) ability

khác (*kháhk*) different

khách (*kháik*) guest

khách hàng (*kháik hàhng*) client, customer
khách sạn (*kháik sạhn*) hotel
khám sức khỏe tổng quát (*khámh súhk khwẻ tỏhng kwáht*) checkup
khát nước (*kháht núh-ak*) thirsty
khăn ăn (*khan an*) napkin
khăn choàng (*khan chwàhng*) shawl
khăn choàng cổ (*khan chwàhng kỏh*) scarf
khăn giấy (*khan yáy*) paper napkin
khăn tay (*khan tah-ee*) handkerchief
khắp mọi nơi (*kháp mọy nuh-ee*) everywhere
khí hậu (*khée họh-oo*) climate
khó (*kháw*) difficult
khó chịu (*kháw chẹe-oo*) unpleasant
khó thở (*kháw thủh*) breathing difficulty
khóa (*khwáh*) lock (*v*)
khoai tây (*khwai tay*) potato
khoảng (*khwảhng*) about (*adv*), approximately
khoảng cách (*khwảhng káik*) distance (*n*)
khóc (*kháwk*) cry (*v*), weep
khoe khoang (*khwe khwahng*) boast (*v*)
khô (*khoh*) dry
khô da (*khoh yah*) dry skin
không bao giờ (*khohng bow yùh*) never
không cần thối lại (*khohng kùn thóh-ee lại*) keep the change
không đồng ý (*khohng dòhng ée*) disagree
không khí (*khohng khée*) air (*n*), atmosphere
không may mắn (*khohng mah-ee mán*) unlucky
không thoải mái (*khohng thwải mái*) uncomfortable
khởi hành (*khủh-ee hàing*) depart
khu (*khoo*) area
khu du lịch (*khoo yoo lẹek*) resort (*n*)
khu mua sắm (*khoo moo-a sám*) shopping mall
khu phố (*khoo fóh*) neighborhood

khuôn viên (*khoo-ohn vyen*) campus
khuyến khích (*khwén khéek*) encourage
khuyên (*khwen*) advise
khứ hồi (*khúh hòh-ee*) round-trip
kịch nghệ (*kẹek ngẹh*) drama
kiểm duyệt (*kyẻm ywẹt*) censor (*v*)
kiên nhẫn (*kyen nyũn*) patient (*adj*)
kiến thức (*kyén thúhk*) knowledge
kiến trúc (*kyén jóok*) architecture
kiến trúc sư (*kyén jóok suh*) architect
kiểu tóc (*kyẻw táwk*) hairstyle
kinh doanh (*keeng ywaing*) business
kinh nghiệm (*keeng ngyẹm*) experience (*n*)
kinh tế (*keeng téh*) economics
Kinh Thánh (*Keeng Tháing*) Bible
ký lô (*kée loh*) kilo
ký tên (*kée tayn*) sign (*v*)
kỹ sư (*kẽe suh*) engineer

L

lá thư (*láh thuh*) letter
là (*làh*) be
lạ (*lạh*) strange
lạc đường (*lạhk dùh-ang*) lost (one's way)
lại (*lại*) again
làm mặt (*làhm mạt*) facial (*n*)
làm móng chân (*làhm máwng chun*) pedicure
làm móng tay (*làhm máwng tah-ee*) manicure
làm phiền (*làhm fyèn*) bother (*v*)
làm việc (*làhm vyẹk*) work (*v*)
lãnh sự quán (*lãing sụh kwáhn*) consulate
lạnh (*lạing*) cold (*adj*)
lắm (*lám*) very
lăng vua (*lang voo-a*) imperial tomb
lắng nghe (*láng nge*) listen
lầu (*lòh-oo*) floor
lấy (*láy*) pick up (a car, an item)
leo (*le-oo*) climb (*v*)
lễ hội (*lẽh họh-ee*) festival

lễ kỷ niệm ngày cưới (*lẽh kẻe nyẹm ngàh-ee kúh-a-ee*) wedding anniversary
lên (*layn*) get on
lịch (*lẹek*) calendar
lịch sử (*lẹek sủh*) history
lịch sự (*lẹek sụh*) polite
liều lĩnh (*lyèw lẽeng*) risky
lo lắng (*law láng*) worry (*v*)
lọ hoa (*lạw hwah*) vase
loại (*lwại*) kind (*n*)
lon (*lawn*) can (*n*)
lon bia (*lawn bee-a*) can of beer
lon cô-ca (*lawn koh kah*) can of Coke
lối ra (*lóh-ee rah*) exit (*n*)
lối vào (*lóh-ee vòw*) entrance
lông mày (*lohng màh-ee*) eyebrow
lông mi (*lohng mee*) eyelash
lời chia buồn (*lùh-ee chee-a bòo-an*) condolences
lời khuyên (*lùh-ee khwen*) advice
lời nhắn (*lùh-ee nyán*) message
lời than phiền (*lùh-ee thahn fyèn*) complaint
lợi ích (*lụh-ee éek*) benefit (*n*)
lớn (*lúhn*) large, big
lớn nhất (*lúhn nyút*) extra large
lớp học (*lúhp hạwk*) class
lũ lụt (*lõo lọot*) flood (*n*)
luật pháp (*lwụt fáhp*) law
luật sư (*lwụt suh*) lawyer, attorney
lúc (*lóok*) at (a certain time)
luộc (*loo-ọhk*) boil (*v*)
luôn luôn (loo-ohn loo-ohn) always
lửa (*lùh-a*) fire (*n*)
lưng (*luhng*) back (*n*)
lưỡi (*lũh-a-ee*) tongue
lưỡi dao cạo (*lũh-a-ee yow kọw*) razor
lương tâm (*luh-ang tum*) conscience
lường gạt (*lùh-ang gạht*) deceive
ly (*lee*) glass (drinking)
ly dị (*lee yẹe*) divorce (*v*)
lý do (*lée yaw*) reason (*n*)

M

má (*máh*) cheek; mother
mã số bưu chính (*mãh sóh buh-oo chéeng*) zip code
mang thử (*mahng thủh*) try on (shoes)
mang (*mahng*) wear (shoes); carry
mạnh (*mạing*) strong
mạnh khỏe (*mạing khwẻ*) healthy
mát (*máht*) cool
mát xa (*máht sah*) massage
mát xa đầu (*máht sah dòh-oo*) head massage
máu (*máh-oo*) blood
màu (*màh-oo*) color (*n*)
màu cà phê sữa nhạt (*màh-oo kàh feh sũh-a nyạht*) beige
màu cam (*màh-oo kahm*) orange (color)
màu đen (*màh-oo den*) black
màu đỏ (*màh-oo dảw*) red
màu hồng (*màh-oo hòhng*) pink
màu nâu (*màh-oo noh-oo*) brown
màu tím (*màh-oo téem*) purple
màu trắng (*màh-oo jáng*) white
màu vàng (*màh-oo vàhng*) yellow
màu xám (*màh-oo sáhm*) gray
màu xanh dương (*màh-oo saing yuh-ang*) blue
màu xanh lá cây (*màh-oo saing láh kay*) green
may mắn (*mah-ee mán*) lucky
máy bay (*máh-ee bah-ee*) airplane
máy hình (*máh-ee hèeng*) camera
máy in (*máh-ee een*) printer
máy lạnh (*máh-ee lạing*) air conditioner
máy rút tiền tự động (*máh-ee róot tyèn tụh dọhng*) ATM
máy sấy tóc (*máh-ee sáy táwk*) blow-dryer
máy tính (*máh-ee téeng*) calculator
máy vi tính (*máh-ee vee téeng*) computer
mắc (*mák*) expensive
mặc (*mạk*) wear (clothes)
mặc dù (*mạk yòo*) although
mặc thử (*mạk thủh*) try on (clothes)

mặn (*mạn*) salty
măng (*mang*) bamboo shoot
mắt (*mát*) eye
mắt cá chân (*mát káh chun*) ankle
mắt kiếng (*mát kyéng*) glasses (reading)
mặt (*mạt*) face (*n*)
mặt trăng (*mạt jang*) moon
mất (*mút*) lose
mất ngủ (*mút ngỏo*) insomnia
mật mã (*mụt mãh*) password
mây (*may*) cloud
mẹ (*mẹ*) mother
mét (*mét*) meter
mền (*màyn*) blanket (*n*)
mệt (*mẹht*) tired
mí mắt (*mée mát*) eyelid
mì chay (*mèe chah-ee*) vegetarian noodle soup
miền quê (*myèn kweh*) countryside
miệng (*myẹng*) mouth
mọi người (*mọy ngùh-a-ee*) everyone
mọi thứ (*mọy thúh*) everything
món ăn (*máwn an*) dish (of food)
món ăn vặt (*máwn an vạt*) snack (*n*)
món chay (*máwn chah-ee*) vegetarian dish
món khai vị (*máwn khai vẹe*) appetizer
món mặn (*máwn mạn*) non-vegetarian dish
món tráng miệng (*máwn jáhng myẹng*) dessert
móng (*máwng*) nail (finger, toe)
móng chân (*máwng chun*) toenail
móng tay (*máwng tah-ee*) fingernail
mô tả (*moh tảh*) describe
môi (*moh-ee*) lip
môi trường (*moh-ee jùh-ang*) environment
mối quan hệ (*móh-ee kwahn hẹh*) relationship
mỗi (*mõh-ee*) each
môn đánh gôn (*mohn dáing gohn*) golf
mốt (*móht*) fashionable
một chiều (*mọht chyèw*) one-way
một chút (*mọht chóot*) a little
một mình (*mọht mèeng*) alone

mơ (*muh*) dream (*v*)
mở (*mủh*) open (*v*)
mới (*múh-ee*) new
mời (*mùh-ee*) invite
mù (*mòo*) blind
mũ (*mõo*) cap, hat
mua (*moo-a*) buy
mùa (*mòo-a*) season (*n*)
mùa đông (*mòo-a dohng*) winter
mùa hè (*mòo-a hè*) summer
mùa khô (*mòo-a khoh*) dry season
mùa lạnh (*mòo-a lạing*) cold season
mùa mưa (*mòo-a muh-a*) rainy season
mùa nóng (*mòo-a náwng*) hot season
mùa thu (*mòo-a thoo*) autumn
mùa xuân (*mòo-a swun*) spring (season)
mục đích (*mọok déek*) purpose
mục quảng cáo (*mọok kwảhng ków*) commercial (*n*)
mục tiêu (*mọok tyew*) aim (*n*)
mùi (*mòo-ee*) smell (*n*)
mũi (*mõo-ee*) nose
muối (*moo-óh-ee*) salt
muốn (*moo-óhn*) want (*v*)
mưa (*muh-a*) rain
mừng (*mùhng*) glad
mượn (*mụh-an*) borrow
Mỹ kim (*Mẽe keem*) US dollars

N

nách (*náik*) armpit
năm (*nam*) year
năm nay (*nam nah-ee*) this year
năm ngoái (*nam ngwái*) last year
năm sau (*nam sah-oo*) next year
năm tới (*nam túh-ee*) next year
nằm ở (*nàm ủh*) be at, be located at
nắng (*náng*) sunny
nặng (*nạng*) heavy
nấm (*núm*) mushroom
nấu ăn (*nóh-oo an*) cook (*v*)
nền văn minh (*nàyn van meeng*) civilization
nếu (*néh-oo*) if

ngã tư (*ngãh tuh*) intersection

ngạc nhiên (*ngạhk nyen*) surpised

ngành kế toán (*ngàing kéh twáhn*) accounting

ngay (*ngah-ee*) immediately

ngay lập tức (*ngah-ee lụp túhk*) immediately

ngày (*ngàh-ee*) day

ngày giỗ (*ngàh-ee yõh*) anniversary (for the dead)

ngày lễ (*ngàh-ee lẽh*) holiday

ngày mai (*ngàh-ee mai*) tomorrow

ngày nay (*ngàh-ee nah-ee*) nowadays

ngày thường (*ngàh-ee thùh-ang*) weekday

ngăn chặn (*ngan chạn*) prevent

ngắn (*ngán*) short (in length)

ngân hàng (*ngun hàhng*) bank

nghe thấy (*nge tháy*) hear

nghề (*ngèh*) job

nghề nghiệp (*ngèh ngyẹp*) occupation

nghệ sĩ (*ngẹh sẽe*) artist

nghệ thuật (*ngẹh thwụt*) art

nghi ngờ (*ngee ngùh*) doubt (*v*)

nghĩ (*ngẽe*) think

nghĩa (*ngẽe-a*) mean (*v*)

nghĩa địa (*ngẽe-a dẹe-a*) cemetery

nghiêm trọng (*ngyem jọong*) serious (grave)

nghiên cứu (*ngyen kúh-oo*) research (*v*)

ngõ hẻm (*ngãw hẻm*) alley

ngoại quốc (*ngwại koo-óhk*) abroad (*adv*)

ngoại trừ (*ngwại jùh*) except

ngon (*ngawn*) delicious

ngón tay (*ngáwn tah-ee*) finger

ngón tay cái (*ngáwn tah-ee kái*) thumb

ngọt (*ngạwt*) sweet

ngôi làng (*ngoh-ee làhng*) village

ngồi (*ngòh-ee*) sit

ngôn ngữ (*ngohn ngũh*) language

ngu (*ngoo*) stupid

ngủ (*ngỏo*) sleep (*v*)

nguy hiểm (*ngwee hyẻm*) dangerous

ngừa thai (*ngùh-a thai*) birth control

ngực (*ngụhk*) chest

ngừng lại (*ngùhng lại*) stop (*v*)

người (*ngùh-a-ee*) person(s)

người ăn xin (*ngùh-a-ee an seen*) beggar

người bán hàng (*ngùh-a-ee báhn hàhng*) seller

người dọn phòng (*ngùh-a-ee yạwn fàwng*) hotel housekeeper/maid

người đàn ông (*ngùh-a-ee dàhn ohng*) man

người đi quá giang (*ngùh-a-ee dee kwáh yahng*) hitchhiker

người gửi (*ngùh-a-ee gủh-ee*) sender

người hâm mộ (*ngùh-a-ee hum mọh*) admirer, fan

người làm mai (*ngùh-a-ee làhm mai*) matchmaker

người lớn (*ngùh-a-ee lúhn*) adult (*n*)

người nghiện rượu (*ngùh-a-ee ngyẹn rụh-oo*) alcoholic

người ngoại quốc (*ngùh-a-ee ngwại kóo-ak*) foreigner

người nhận (*ngùh-a-ee nyụn*) addressee

người phát thư (*ngùh-a-ee fáht thuh*) mail carrier

người phụ nữ (*ngùh-a-ee fọo nũh*) woman

người yêu (*ngùh-a-ee yew*) sweetheart

nha sĩ (*nya sẽe*) dentist

nhà (*nyàh*) home, house

nhà báo (*nyàh bów*) journalist

nhà bếp (*nyàh báyp*) kitchen

nhà hàng (*nyàh hàhng*) restaurant

nhà hát lớn (*nyàh háht lúhn*) opera house

nhà khách (*nyàh kháik*) guesthouse

nhà máy (*nyàh máh-ee*) factory

nhà ngoại giao (*nyàh ngwại yow*) diplomat

nhà thơ (*nyàh thuh*) poet

nhà thờ (*nyàh thùh*) church

nhà thờ lớn (*nyàh thùh lúhn*) cathedral

nhà thuê (*nyàh thweh*) apartment

nhà thuốc tây (*nyàh thoo-óhk tay*) pharmacy

nhà thương (*nyàh thuh-ang*) hospital

nhà văn (*nyàh van*) novelist, writer

nhà vệ sinh (*nyàh vẹh seeng*) restroom, toilet

nhà vệ sinh nam (*nyàh vẹh seeng nahm*) men's room

nhà vệ sinh nữ (*nyàh vẹh seeng nũh*) ladies' room

nhà xuất bản (*nyàh swút bảhn*) publisher

nhạc (*nyạhk*) music

nhạc sĩ (*nyạhk sẽe*) musician

nhạc thính phòng (*nyạhk théeng fàwng*) chamber music

nhãn hiệu (*nyãhn hyẹw*) brand name

nhanh (*nyaing*) quick

nhanh lên (*nyaing layn*) hurry up

nhạt (*nyạht*) bland

nhảy đầm (*nyảh-ee dùm*) dance (*v*)

nhắc (*nyák*) remind

nhắn lại (*nyán lại*) leave a message

nhân sâm (*nyun sum*) ginseng

nhân viên (*nyun vyen*) employee

nhân viên bán hàng (*nyun vyen báhn hàhng*) salesperson

nhân viên phục vụ (*nyun vyen fọok vọo*) waiter

nhân viên soát vé (*nyun vyen swáht vé*) ticket collector

nhất (*nyút*) most (-est)

nhiễm trùng (*nyẽm jòong*) bacterial infection

nhiễm trùng tai (*nyẽm jòong tai*) ear infection

nhiệt tình (*nyẹt tèeng*) enthusiastic

nhiều (*nyèw*) a lot, much

nhiều gió (*nyèw yáw*) windy

nhiều mây (*nyèw may*) cloudy

nhìn (*nyèen*) look (*v*)

nhìn thấy (*nyèen tháy*) see

nhỏ (*nyảw*) small

nhóm (*nyáwm*) group

nhớ nhà (*nyúh nyàh*) homesick

nhu liệu (*nyoo lyẹw*) software

nhuộm (*nyoo-ọhm*) dye (*v*)

nhức đầu (*nyúhk dòh-oo*) headache

niềm tin (*nyèm teen*) belief

niềm vui (*nyèm voo-ee*) joy

nói (*nóy*) speak, say

nói chung (*nóy choong*) generally

nói chuyện (*nóy chwẹe-an*) talk (*v*)

nói lại (*nóy lại*) repeat (say again)

nón (*náwn*) hat

nón lá (*náwn láh*) conical hat

nóng (*náwng*) hot

nỗ lực (*nõh lụhk*) effort

nổi tiếng (*nỏh-ee tyéng*) famous

nôn (*nohn*) vomit

nông dân (*nohng yun*) farmer

nông nghiệp (*nohng ngyẹp*) agriculture

nông thôn (*nohng thohn*) rural

núi (*nóo-ee*) mountain

nửa (*nủh-a*) half

nửa đêm (*nủh-a daym*) midnight

nữa (*nũh-a*) more

nước (*núh-ak*) water (*n*); country

nước cam (*núh-ak kahm*) orange juice

nước chấm (*núh-ak chúm*) dipping sauce

nước dừa (*núh-ak yùh-a*) coconut milk

nước đá (*núh-ak dáh*) iced water

nước đóng chai (*núh-ak dáwng chai*) bottled water

nước hoa (*núh-ak hwah*) perfume

nước lạnh (*núh-ak lạing*) cold water

nước lèo (*núh-ak lè-oo*) broth

nước mắm (*núh-ak mám*) fish sauce

nước ngọt (*núh-ak ngạwt*) soda (soft drink); fresh water

nước nóng (*núh-ak náwng*) hot water

nước tiểu (*núh-ak tyểw*) urine

nước trà (*núh-ak jàh*) tea

nước trái cây (*núh-ak jái kay*) juice

nước tương (*núh-ak tuh-ang*) soy sauce

nướng (*núh-ang*) bake

O

ói (*óy*) vomit

Ô

ô nhiễm (*oh nyễm*) pollution
ồn ào (*òhn òw*) noisy

Ơ

ở (*ủh*) stay (*v*)
ớn lạnh (*úhn lạing*) chills
ớt (*úht*) chili pepper

P

phá sản (*fáh sảhn*) bankrupt
phách (*fáik*) (*dyẹn thuh*) fax (*n*)
phải (*fải*) have to, must; right (*adj*)
phản đối (*fảhn dóh-ee*) protest (*v*)
pháo bông (*fów bohng*) fireworks
phát âm (*fáht um*) pronounce
phát triển (*fáht jyẻn*) develop
phần trăm (*fùn jam*) percent
Phật tử (*Fụt tủh*) Buddhist
phê bình (*feh bèeng*) criticize
phi công (*fee kohng*) pilot
phi kinh doanh (*fee keeng ywaing*)
  nonprofit (*adj*)
phi trường (*fee jùh-ang*) airport
phí (*fée*) fee
phí tổn (*fée tỏhn*) cost (*n*)
phiêu lưu (*fyew luh-oo*) adventure (*n*)
phiếu gửi tiền (*fyéw gủh-ee tyèn*)
  money order
phim (*feem*) movie
phong bì (*fawng bèe*) envelope
phóng viên (*fáwng vyen*) reporter
phòng ăn (*fàwng an*) dining room
phòng bán vé (*fàwng báhn vé*) ticket
  office
phòng chờ (*fàwng chùh*) waiting area
phòng đôi (*fàwng doh-ee*) double room
phòng đơn (*fàwng duhn*) single room
phòng giặt (*fàwng yạt*) laundry room
phòng học (*fàwng hạwk*) classroom
phòng khách (*fàwng kháik*) living room

phòng ngủ (*fàwng ngỏo*) bedroom
phòng tắm (*fàwng tám*) bathroom
phòng tập thể dục (*fàwng tụp thẻh
  yọok*) gym
phòng thử đồ (*fàwng thủh dòh*) fitting
  room
phòng thử nghiệm (*fàwng thủh ngyẹm*)
  lab
phòng triển lãm (*fàwng jyẻn lãhm*)
  art gallery
phòng trống (*fàwng jóhng*) vacancy
phỏng vấn (*fảwng vún*) interview (*v*)
phô-mai (*foh mai*) cheese
phố (*fóh*) downtown (*n*)
phổ biến (*fỏh byén*) popular
phổi (*fỏh-ee*) lung
phở bò (*fủh bàw*) noodle soup with beef
phở chay (*fủh chah-ee*) vegetarian
  noodle soup
phở gà (*fủh gàh*) noodle soup with
  chicken
phù dâu (*fòo yoh-oo*) bridesmaid
phút (*fóot*) minute (time)
phức tạp (*fúhk tạhp*) complex (*adj*)
pin (*peen*) battery

Q

quá giang (*kwáh yahng*) hitchhike
quà tặng (*kwàh tạng*) gift
quan trọng (*kwahn jọong*) important
quán ăn (*kwáhn an*) café
quán Internet Café (*kwáhn een tùh
  nét kàh feh*) Internet Cafe
quán karaôkê (*kwáhn kah rah oh keh*)
  karaoke bar
quán kem (*kwáhn kem*) ice cream
  parlor
quán rượu (*kwáhn rụh-a-oo*) bar
quán cà phê (*kwáhn kàh feh*) coffee
  shop
quảng cáo (*kwảhngków*) advertise
quang tuyến X (*kwahng twén eek sùh*)
  X ray (*n*)
quần (*kwùn*) pants

quần áo (*kwùn ów*) clothes, clothing
quần đùi (*kwùn dòo-ee*) shorts
quận (*kwụn*) district
quẹo mặt (*kwẹ-oo mạt*) turn right
quẹo trái (*kwẹ-oo jái*) turn left
quê hương (*kweh huh-ang*) homeland
quế (*kwéh*) cinnamon
quên (*kwayn*) forget
quốc gia (*kwoo-óhk yah*) nation
quốc lộ (*kwoo-óhk lọh*) highway
quốc tế (*kwoo-óhk téh*) international
quốc tịch (*kwoo-óhk tẹek*) nationality
quý (*kwée*) precious
quý giá (*kwée yáh*) valuable (*adj*)
quyết định (*kwét dẹeng*) decide

R

rảnh (*rảing*) free (time)
rạp xi-nê (*rạhp see neh*) movie theater
rau (*rah-oo*) vegetable
rau trộn (*rah-oo jọhn*) salad
răng (*rang*) tooth
rất (*rút*) very
râu mép (*roh-oo mép*) mustache
râu quai nón (*roh-oo kwai nón*) beard
rẻ (*rẻ*) cheap
rẽ phải (*rẽ fải*) turn right
rẽ trái (*rẽ jái*) turn left
rồi (*ròh-ee*) already
rộng (*rọhng*) spacious
rút tiền (*róot tyèn*) withdraw money
rửa (*rủh-a*) wash (one's hands)
rừng (*rùhng*) forest
rượu (*rụh-oo*) alcohol
rượu đế (*rụh-a-oo déh*) rice wine
rượu rắn (*rụh-oo rán*) snake wine
rượu vang (*rụh-a-oo vahng*) wine
rượu vang đỏ (*rụh-a-oo vahng dảw*)
  red wine
rượu vang trắng (*rụh-a-oo vahng jáng*)
  white wine

S

sách dạy nấu ăn (*sáik yạh-ee nóh-oo
  an*) cookbook
sách giáo khoa (*sáik yów khwah*)
  textbook
sách thiếu nhi (*sáik thyéw nyee*)
  children's book
sạch (*sạik*) clean (*adj*)
sai (*sai*) wrong
sản xuất (*sảhn swút*) produce (*v*)
sáng (*sáhng*) morning; bright
sau đó (*sah-oo dáw*) afterward
say (*sah-ee*) drunk (*adj*)
sẵn sàng (*sãn sàhng*) ready
sắp xếp (*sáp sáyp*) arrange
sâm-banh (*sum baing*) champagne
sân bay (*sun bah-ee*) airport
sân gôn (*sun gohn*) golf course
sân sau (*sun sah-oo*) backyard
sâu (*soh-oo*) deep
sấy tóc (*sáy táwk*) blow-dry
sếp (*sáyp*) boss
siêu thị (*syew thẹe*) supermarket
siêu vi khuẩn (*syew vee khwủn*) virus
sinh (*seeng*) born
sinh nhật (*seeng nyụt*) birthday
sinh viên (*seeng vyen*) college student
so sánh (*saw sáing*) compare
song ngữ (*sawng ngũh*) bilingual
sô-cô-la (*soh koh lah*) chocolate
số dặm (*sóh yạm*) mileage
số điện thoại (*sóh dyẹn thwại*) phone
  number
số điện thoại di động (*sóh dyẹn thwại
  yee dọhng*) cell phone number
số điện thoại văn phòng (*sóh dyẹn
  thwại van fàwng*) work phone number
số lượng (*sóh lụh-ang*) quantity
sông (*sohng*) river
sống (*sóhng*) live (*v*)
sốt (*sóht*) fever
sở thú (*sủh thóo*) zoo
sợ (*sụh*) afraid
suốt (*soo-óht*) throughout
sử (*sủh*) history

sự chọn lựa (*sụh chạwn lụh-a*) option
sự nghiệp (*sụh ngyẹp*) career
sự thỏa thuận (*sụh thwảh thwụn*)
 agreement
sự tự tin (*sụh tụh teen*) confidence
sữa (*sũh-a*) milk
sữa chua (*sũh-a choo-a*) yogurt
sữa đặc (*sũh-a dạk*) condensed milk
sức khỏe (*súhk khwẻ*) health
sưng họng (*suhng hạwng*) sore throat

T

tác giả (*táhk yảh*) author
tách (*táik*) cup (*n*)
tai (*tai*) ear
tai nạn (*tai nạhn*) accident
tài khoản (*tài khwảhn*) bank account
tài khoản giao dịch (*tài khwảhn yow
 yẹek*) checking account
tài khoản tiết kiệm (*tài khwảhn tyét
 kyẹm*) savings account
tài liệu (*tài lyẹw*) document
tài xế (*tài séh*) chauffeur
tài xế tắc-xi (*tài séh ták see*) cab driver
tạm biệt (formal) (*tạhm byẹt*) goodbye
tán gẫu (*táhn gõh-oo*) chat (*v*)
tạp chí (*tạhp chée*) magazine
tàu du lịch đường biển (*tàh-oo yoo lẹek
 dùh-ang byẻn*) cruise ship
tàu thủy (*tàh-oo thwẻe*) ship
tăm xỉa răng (*tam sẻe-a rang*) toothpick
tắm (*tám*) bathe
tấm hình (*túm hèeng*) photo, picture
tầng (*tùng*) floor
tập trung (*tụp joong*) concentrate (*v*)
tập (*tụp*) practice (*v*)
tem (*tem*) stamp (*n*)
tên (*tayn*) name (*n*)
tha thứ (*thah thúh*) forgive
thác (*tháhk*) waterfall
tham vọng (*thahm vạwng*) ambition
thám hiểm (*tháhm hyẻm*) explore
than (*thahn*) coal
than phiền (*thahn fyèn*) complain

thang máy (*thahng máh-ee*) elevator
tháng (*tháhng*) month
tháng này (*tháhng nàh-ee*) this month
tháng sau (*tháhng sah-oo*) next month
tháng tới (*tháhng túh-ee*) next month
tháng trước (*tháhng júh-ak*) last month
thành công (*thàing kohng*) succeed
thành phố (*thàing fóh*) city
thảo luận (*thỏw lwụn*) discuss
thay đổi (*thah-ee dỏh-ee*) change (*v*)
thay thế (*thah-ee théh*) replace
thắng cảnh (*tháng kảing*) scenic spot
thẩm mỹ viện (*thủm mẽe vyẹn*) beauty
 salon
thân mến (*thun máyn*) dear (*adj*)
thân thể (*thun thẻh*) body
thập niên (*thụp nyen*) decade
thất vọng (*thút vạwng*) disappointed
thầy bói (*thày bóy*) fortune teller
thầy giáo (*thày yów*) teacher (male)
thẻ tín dụng (*thẻ téen yọong*) credit card
thẻ trích tiền trực tiếp (*thẻ jéek tyèn
 jụhk tyép*) debit card
thế giới (*théh yúh-ee*) world
thế hệ (*théh hẹh*) generation
thế kỷ (*théh kẻe*) century
thể thao (*thẻh thow*) sport (*n*)
thêu tay (*theh-oo tah-ee*)
 hand-embroidered
thí dụ (*thée yọo*) example
thị trường chứng khoán (*thẹe jùh-ang
 chúhng khwáhn*) stock market
thị xã (*thẹe sãh*) town
thích (*théek*) enjoy; like (*v*)
thích ứng (*théek úhng*) adapt
thiên nhiên (*thyen nyen*) nature (world)
thiền (*thyèn*) meditate
thiếu (*thyéw*) lack (*v*)
thỉnh thoảng (*thẻeng thwảhng*)
 sometimes
thịnh vượng (*thẹeng vụh-ang*)
 prosperous
thịt (*thẹet*) meat
thịt bò (*thẹet bàw*) beef
thịt cừu non (*thẹet cùh-oo nawn*) lamb
 (meat)

thịt heo (*thẹet he-oo*) pork
thịt nướng (*thẹet núh-ang*)
 grilled pork
thoải mái (*thwải mái*) relax (*v*);
 comfortable (*adj*)
thói quen (*thóy kwen*) habit
thô lỗ (*thoh lõh*) rude
thổi (*thỏh-ee*) blow (*v*)
thông báo (*thohng bów*) announce
thông dịch viên (*thohng yẹek vyen*)
 interpreter
thông minh (*thohng meeng*) clever,
 intelligent
thông tin (*thohng teen*) information
thơ (*thuh*) poetry
thở (*thửh*) breathe
thợ hớt tóc (*thụh húht táwk*) barber
thợ may (*thụh mah-ee*) tailor
thợ uốn tóc (*thụh oo-óhn táwk*)
 hairdresser
thời gian (*thùh-ee yahn*) time (*n*)
thời gian biểu (*thùh-ee yahn byểw*)
 timetable
thời hạn (*thùh-ee hạhn*) deadline
thời tiết (*thùh-ee tyét*) weather
thời trang (*thùh-ee jahng*) fashion
thơm (*thuhm*) fragrant
thú nhận (*thóo nyụn*) confess
thú tiêu khiển (*thóo tyew khyển*)
 pastime
thú vật (*thóo vụt*) animal
thủ đô (*thỏo doh*) capital (city)
thuận tay trái (*thwụn tah-ee jáh-ee*)
 left-handed
thuận tiện (*thwụn tyẹn*) convenient
thuê (*thweh*) hire (*v*); rent (*v*)
thung lũng (*thoong lõong*) valley
thùng thư (*thòong thuh*) mailbox
thuốc (*thoo-óhk*) medicine
thuốc bôi (*thoo-óhk boh-ee*) ointment
thuốc chống muỗi (*thoo-óhk chóhng
 mõo-a-ee*) mosquito repellent
thuốc giảm đau (*thoo-óhk yảhm
 dah-oo*) painkiller
thuốc khử trùng (*thoo-óhk khủh jòong*)
 antiseptic

thuốc mua không cần toa (*thoo-óhk
 moo-a khohng kùn twah*) over-the-
 counter medication
thuốc ngủ (*thoo-óhk ngỏo*) sleeping pills
thuốc sát trùng (*thoo-óhk sáht jòong*)
 disinfectant
thuốc trị nấm (*thoo-óhk jẹe núm*)
 antifungal medication
thuốc trụ sinh (*thoo-óhk jọo seeng*)
 antibiotic
thuyền (*thwèe-an*) boat
thuyết phục (*thwét fọok*) persuade
thư bảo đảm (*thuh bỏw dảhm*)
 registered mail
thư chuyển phát nhanh (*thuh chwẻe-an
 fáht nyaing*) express mail
thư điện tử (*thuh dyẹn tửh*) email
thư hàng không (*thuh hàhng khohng*)
 airmail
thư ký (*thuh kée*) secretary
thư trong nước (*thuh jawng núh-ak*)
 domestic mail
thư từ (*thuh tùh*) mail
thư viện (*thuh vyẹn*) library
thử máu (*thủh máh-oo*) blood test
thức ăn (*thúhk an*) food
thức uống (*thúhk oo-óhng*) beverage
thương mại (*thuh-ang mại*) commerce
thường (*thùh-ang*) often
thường niên (*thùh-ang nyen*) annual
thường xuyên (*thùh-ang swyen*)
 frequently
ti-vi (*tee vee*) television
tỉ (*tẻe*) billion
tỉa (*tẻe-a*) trim (*v*)
tiệc (*tyẹk*) party (social gathering)
tiệm (*tyẹm*) shop (*n*)
tiệm bán bánh (*tyẹm báhn báing*)
 bakery
tiệm bán quần áo (*tyẹm báhn kwùn
 ów*) clothing store
tiệm cầm đồ (*tyẹm kùm dòh*) pawn shop
tiệm hấp tẩy (*tyẹm húp tảy*) dry cleaners
tiệm hớt tóc (*tyẹm húht táwk*)
 barbershop
tiệm kem (*tyẹm kem*) ice cream parlor

tiệm sách (*tyẹm sáik*) bookstore

tiệm tạp hóa (*tyẹm tạhp hwáh*) grocery
store

tiệm vàng (*tyẹm vàhng*) jewelry store

tiên đoán (*tyen dwáhn*) predict

tiến bộ (*tyén bọh*) improve

tiền (*tyèn*) money

tiền boa (*tyèn bwah*) tip (*n*)

tiền lời (*tyèn lùh-ee*) interest (banking)

tiền lương (*tyèn luh-ang*) salary

tiền mặt (*tyèn mạt*) cash

tiền thối lại (*tyèn thóh-ee lại*) change
(money given back)

tiền Việt (*tyèn Vyẹt*) Vietnamese
currency

tiện nghi (*tyẹn ngee*) conveniences

tiếng (*tyéng*) hour; language

tiếng lóng (*tyéng láwng*) slang

tiếng Việt (*tyéng vyẹt*) Vietnamese
language

tiếp viên hàng không (*tyép vyen hàhng
khohng*) flight attendant

tiêu (*tyew*) spend (*v*); black pepper (*n*)

tiêu chảy (*tyew chảh-ee*) diarrhea

tiểu thuyết (*tyểw thwée-at*) novel

tim (*teem*) heart

tìm (*tèem*) look for

tìm thấy (*tèem tháy*) find (*v*)

tin (*teen*) believe

tin cậy (*teen kạy*) trust (*v*)

tin tức (*teen túhk*) news

tín đồ Công giáo (*téen dòh kohng yów*)
Catholic

tình bạn (*tèeng bạhn*) friendship

toa có giường nằm (*twah káw yùh-ang
nàm*) sleeping car

toa thuốc (*twah thoo-óhk*) prescription

toa xe lửa (*twah se lửh-a*) train car

tóc (*táwk*) hair

tỏi (*tỏy*) garlic

tô (*toh*) bowl (big)

tổ chức (*tỏh chúhk*) organization

tổ tiên (*tỏh tyen*) ancestor

tối (*tóh-ee*) night

tối nay (*tóh-ee nah-ee*) tonight

tôn giáo (*tohn yów*) religion

tốt nghiệp (*tóht ngyẹp*) graduate (*v*)

tốt (*tóht*) good

tơ lụa (*tuh lọo-a*) silk

tờ thực đơn (*tùh thụhk duhn*) menu

trà đá (*jàh dáh*) iced tea

trà nóng (*jàh náwng*) hot tea

trả đồ (*jàh dòh*) return (a bought item)

trả giá (*jàh yáh*) bargain

trả lời (*jàh lùh-ee*) answer (*v*); reply (*v*)

trả tiền (*jàh tyèn*) pay (*v*)

trả xe (*jàh se*) return (a car)

trách nhiệm (*jáik nyẹm*) responsibility

trái bong bóng (*jái bawng báwng*)
balloon

trái bưởi (*jái bủh-a-ee*) pomelo

trái cà chua (*jái kàh choo-a*) tomato

trái cam (*jái kahm*) orange (fruit)

trái cây (*jái kay*) fruit

trái chanh (*jái chaing*) lime (fruit)

trái chôm chôm (*jái chohm chohm*)
rambutan

trái chuối (*jái choo-óh-ee*) banana

trái đào (*jái dòw*) peach

trái đất (*jái dút*) earth (planet)

trái đu đủ (*jái doo dỏo*) papaya

trái dưa hấu (*jái yuh-a hóh-oo*)
watermelon

trái dứa (*jái yúh-a*) pineapple

trái dừa (*jái yùh-a*) coconut

trái lê (*jái leh*) pear

trái nhãn (*jái nyãhn*) longan

trái sầu riêng (*jái sòh-oo ree-ang*)
durian

trái táo (*jái tów*) apple

trái vải (*jái vải*) lychee

trái xoài (*jái swài*) mango

trạm xe buýt (*jạhm se bwéet*) bus stop

trang điểm (*jahng dyẻm*) make-up

tranh cãi (*jaing kãi*) argue

tránh (*jáing*) avoid

tre (*je*) bamboo

trẻ (*jẻ*) young

trẻ mồ côi (*jẻ mòh koh-ee*) orphan

trễ (*jẽh*) late

trên (*jayn*) on

triệu (*jyẹw*) million

triệu chứng (*jẹw chúhng*) symptom
triệu phú (*jyẹw fóo*) millionaire
trọng lượng (*jạwng lụh-ang*) weight
trôi chảy (*joh-ee chảh-ee*) fluent(ly)
trở lại (*jủh lại*) come back
trở ngại (*jủh ngại*) obstacle
trở thành (*jủh thàing*) become
trung tâm (*joong tum*) center (*n*)
trung tâm ngoại ngữ (*joong tum ngwại ngũh*) foreign language center
trung tâm thông tin (*joong tum thohng tin*) information center
trúng nắng (*jóong náng*) heat stroke
trúng thực (*jóong thụhk*) food poisoning
trứng (*júhng*) egg
trứng luộc (*júhng loo-ọhk*) boiled egg
trường đại học (*jùh-ang dại hạwk*) university
trường học (*jùh-ang hạwk*) school
trường tiểu học (*jùh-ang tyẻw hạwk*) elementary school
trường trung học (*jù-ang joong hạwk*) high school
trượt tuyết (*jụh-at twée-at*) ski
truyền hình (*jwèe-an hèeng*) television
truyền thống (*jwèn thóhng*) tradition
truyện tranh (*jwẹe-an jaing*) picture book
tủ lạnh (*tỏo lạing*) refrigerator
tua du lịch trọn gói (*too-a yoo lẹek jạwn góy*) package tour
tuần (*twừn*) week
tuần này (*twừn nàh-ee*) this week
tuần sau/tới (*twừn sah-oo/túh-ee*) next week
tuần trước (*twừn júh-ak*) last week
túi (*tóo-ee*) pocket (*n*)
tuổi (*too-ỏh-ee*) age (*n*)
tuy nhiên (*twee nyen*) however
tuyết (*twée-at*) snow (*n*)
tuyệt (*twẹt*) perfect (*adj*)
từ chối (*tùh chóh-ee*) refuse (*v*)
từ lóng (*tùh láwng*) slang expression
tử tế (*tủh téh*) kind (*adj*)
tự do (*tụh yaw*) freedom
tự điển (*tụh dyẻn*) dictionary

tự học (*tụh hạwk*) teach oneself
tự tin (*tụh teen*) confident
tức cười (*túhk kùh-a-ee*) funny
tươi (*tuh-a-ee*) fresh
tương lai (*tuh-ang lai*) future
tường (*tùh-ang*) wall
tưởng tượng (*tủh-ang tụh-ang*) imagine

U

uốn tóc (*oo-óhn táwk*) perm
uống (oo-óhng) drink (*v*)

Ư

ưa thích nhất (*uh-a théek nyút*) favorite (*adj*)

V

va-li (*vah lee*) suitcase
và (*vàh*) and
vai (*vai*) shoulder
vải (*vải*) fabric
vải lụa (*vải lọo-a*) silk fabric
vào (*vòw*) on (a certain day); come in
váy đầm (*váh-ee dùm*) skirt
văn chương (*van chuh-ang*) literature
văn hóa (*van hwáh*) culture
văn phòng (*van fàwng*) office
vân vân (*vun vun*) etc.
vấn đề (*vún dèh*) problem
vé (*vé*) ticket
vé lên máy bay (*vé layn máh-ee bah-ee*) boarding pass
vé máy bay (*vé máh-ee bah-ee*) plane ticket
vé xe lửa (*vé se lửh-a*) train ticket
về hưu (*vèh huh-oo*) retire
về nhà (*vèh nyàh*) go home
vết muỗi cắn (*véht mõo-a-ee kán*) mosquito bites
vết thương (*véht thuh-ang*) wound (*n*)

vi trùng (*vee jòong*) bacteria, germ
ví (*vée*) wallet
ví xách tay (*vée sáik tah ee*) purse
vì (*vèe*) because
việc làm (*vyẹk làhm*) work (*n*)
viện bảo tàng (*vyẹn bỏw tàhng*) museum
viết (*vyét*) write
vịnh (*vẹeng*) bay
vịt quay (*vẹet kwah-ee*) roast duck
vòng đeo tay (*vàwng de-oo tah-ee*) bracelet
vô dụng (*voh vọong*) useless
vô giá (*voh yáh*) priceless
vỗ tay (*võh tah-ee*) applaud
vội vàng (*vọh-ee vàhng*) hurry (*v*)
vớ (*vúh*) sock (*n*)
vợ (*vụh*) wife
vũ cầu (*võo kòh-oo*) badminton
vũ trường (*võo jùh-ang*) dance club
vui (*voo-ee*) happy; fun; pleased
vụng về (*vọong vèh*) clumsy
vừa vặn (*vùh-a vạn*) fit (right size)
vườn (*vùh-an*) garden

X

xa (*sah*) far
xà bông (*sàh bohng*) soap (*n*)
xã hội (*sãh họh-ee*) society
xác nhận (*sáhk nyụn*) confirm
xảy ra (*sảh-ee rah*) happen
xăng (*sang*) gas
xấu (*sóh-oo*) bad
xe buýt (*se bwéet*) bus
xe cộ (*se kọh*) traffic

xe cứu thương (*se kúh-oo thuh-ang*) ambulance
xe đạp (*se dạhp*) bicycle
xe gắn máy (*se gán máh-ee*) moped, motorbike
xe hơi (*se huh-ee*) car
xe lửa (*se lùh-a*) train (*n*)
xe lửa chở khách (*se lùh-a chửh kháik*) passenger train
xe ôm (*se ohm*) motor-taxi
xe tắc-xi (*se ták see*) cab
xe thuê (*se thweh*) rental car
xe xích-lô (*se séek loh*) cyclo
xem (*sem*) watch (*v*)
xiếc (*syék*) circus
xin lỗi (*seen lõh-ee*) apologize; excuse me
xinh (*seeng*) pretty
xỉu (*sẻe-oo*) faint (*v*)
xóa (*swáh*) delete, erase
xuất bản (*swút bảhn*) publish
xuất hiện (*swút hyẹn*) appear
xuất sắc (*swút sák*) excellent
xuống (*soo-óhng*) get off
xúp (*sóop*) soup
xúp cua (*sóop koo-a*) crabmeat soup
xương (*suh-ang*) bone

Y

y tá (*ee táh*) nurse
ý kiến (*ée kyén*) idea; opinion
yên tĩnh (*yen tẽeng*) quiet (place)
yêu (*yew*) love (*v*)
yêu cầu (*yew kòh-oo*) request (*v*)
yếu (*yéw*) weak
yo-ga (*yoh gah*) yoga

Answer Key

CHAPTER 2
Exercise 1
Practice asking the following questions and answering them:

A. **Cô ấy tên là gì?**
   Cô ấy tên là Judy.

B. **Ông ấy tên là gì?**
   Ông ấy tên là Carl.

C. **Chị ấy tên là gì?**
   Chị ấy tên là Maria.

D. **Bác ấy tên là gì?**
   Bác ấy tên là Don.

Exercise 2
Practice asking the following questions and answering them:

A. **Anh ấy là người nước nào?**
   Anh ấy là người Nhật.

B. **Em ấy là người nước nào?**
   Em ấy là người Úc.

C. **Chú ấy là người nước nào?**
   Chú ấy là người Đức.

D. **Bà ấy là người nước nào?**
   Bà ấy là người Thụy Điển.

Exercise 3
Practice asking the following questions and answering them:

A. **Chị ấy làm nghề gì?**
   Chị ấy là một phóng viên.

B. **Chú ấy làm nghề gì?**
   Chú ấy là một y tá.

C. **Bác ấy làm nghề gì?**
   Bác ấy là một kế toán viên.

D. **Em ấy làm nghề gì?**
   Em ấy là một kỹ sư.

Exercise 4
Practice asking the following questions and answering them:

A. **Chị ấy sống ở đâu?**
   Chị ấy sống ở Nha Trang.

B. **Chú ấy sống ở đâu?**
   Chú ấy sống ở Đà Lạt.

C. **Bác ấy sống ở đâu?**
   Bác ấy sống ở Huế.

D. **Em ấy sống ở đâu?**
   Em ấy sống ở Đà Nẵng.

Exercise 5
Practice the following conversations:

A. **Chị Mary có khỏe không?**
   Tôi khỏe. Cám ơn anh John. Còn anh?
   Tôi khỏe, cám ơn chị.

B. **Đây là Ben, và đây là Laura.**
   Rất vui được gặp chị.
   Rất hân hạnh được biết anh.

Exercise 6
Practice the following conversations:

A. **Anh Ben làm nghề gì?**
   Tôi là một kỹ sư.
   Anh có thích Nha Trang không?
   Tôi rất thích Nha Trang.

B. **Chị Laura làm nghề gì?**
   Tôi là một bác sĩ.
   Chị có thích Huế không?
   Tôi rất thích Huế.

CHAPTER 3

Exercise 1
Practice the following conversation in Vietnamese:

Alice: **Tom muốn ăn gì?**
Tom: **Tom muốn một tô phở bò.**
Alice: **Tom muốn uống gì?**
Tom: **Tom muốn một tách cà phê.**

Exercise 2
Practice ordering the following foods in a restaurant.

Tôi muốn một dĩa cơm sườn nướng.

Tôi muốn một tách cà phê sữa.

Cho tôi một tô canh chua cá.

Cho tôi hai ly nước cam.

Exercise 3
How do you say the following in Vietnamese?

one bottle of champagne: **một chai sâm banh**
two orders of spring rolls: **hai dĩa gỏi cuốn**
three orders of egg rolls: **ba dĩa chả giò**
four glasses of red wine: **bốn ly rượu vang đỏ**
five glasses of iced water: **năm ly nước đá**

Exercise 4
Practice the following conversation in Vietnamese:

A: **Mì chay có ngon không?**
B: **Mì chay ngon quá!**
C: **Canh chua cá có ngon không?**
D: **Canh chua cá mặn quá.**

Exercise 5
Practice the following conversations in Vietnamese:

Liz: **Royce đói chưa?**
Royce: **Royce đói rồi. Còn Liz?**
Liz: **Liz cũng đói rồi.**

Alex: **Alice no chưa?**
Alice: **Alice no rồi. Còn Alex?**
Alex: **Alex cũng no rồi.**

CHAPTER 4
Exercise 1
Practice the following conversation in Vietnamese:

A: **Rebecca cần mua gì?**
B: **Rebecca cần mua một cái quần và một cái áo sơ mi. Còn anh?**
A: **Tôi cần mua một đôi giày.**

Exercise 2
Practice the following conversation in Vietnamese:

C: **Cái váy đầm này giá bao nhiêu?**
D: **Sáu trăm bảy mươi lăm ngàn đồng.**
C: **Mắc quá. Bớt một chút đi.**
D: **Thôi được. Năm trăm ngàn đồng.**
C: **Vẫn mắc. Bốn trăm ngàn đồng, được không?**
D: **Thôi được.**
C: **Gói cho tôi đi.**

Exercise 3
Practice the following conversation in Vietnamese:

A: **Anh muốn mua gì?**
B: **Tôi cần một cuốn tự điển. Cuốn tự điển này có tốt không?**
A: **Cuốn tự điển này rất tốt và cũng rất rẻ.**

Exercise 4
Practice the following conversation in Vietnamese:

Tom: **Kate muốn học tiếng Việt hay tiếng Thái?**
Kate: **Kate muốn học tiếng Việt. Còn Tom?**
Tom: **Tom muốn học tiếng Thái.**

CHAPTER 5

Exercise 1
You are trying to get to a certain place, but you are lost. Ask a passerby for help.

A: **Bệnh viện ở đâu?**
B: **Đi thẳng đường này. Quẹo phải ở ngã tư. Rồi đi hai dãy phố. Bệnh viện ở bên tay trái.**

C: **Công viên ở đâu?**
D: **Đi một dãy phố. Quẹo trái. Đi thêm một dãy phố. Quẹo phải. Rồi đi thêm hai dãy phố. Công viên ở bên tay phải.**

E: **Bệnh viện ở đâu?**
F: **Đi thêm hai dãy phố. Bệnh viện ở cạnh một tiệm sách.**

G: **Đại học ở đâu?**
H: **Quẹo phải. Rồi đi ba dãy phố. Đại học ở gần một nhà hàng.**

I: **Công viên ở đâu?**
J: **Công viên ở rất xa khách sạn. Chị nên đi xe tắc xi.**

K: **Quán cà phê ở đâu?**
L: **Quán cà phê ở góc đường đằng kia.**

Exercise 2
Practice the following conversations:

A: **Chị ơi. Giúp tôi với. Tôi bị lạc đường.**
B: **Anh muốn đi đâu?**
A: **Tôi muốn đi đến công viên.**

C: **Chị đang đi tìm gì?**
D: **Tôi đang đi tìm Nhà Hàng Ngon.**

E: **Anh chị sẽ đi đâu?**
F: **Chúng tôi sẽ đi Nha Trang.**

G: **Anh chị đã đi thăm thành phố nào?**
H: **Chúng tôi đã đi thăm thành phố Đà Nẵng.**

CHAPTER 6

Exercise 1

Practice the following conversations:

A: **Anh uống bia nghe?**
B: **Tôi không uống bia. Nếu được, tôi xin uống một tách cà phê.**

C: **Chị có muốn đi dạo không?**
D: **Nếu được, tôi muốn xem ti vi.**

Exercise 2

Practice the following conversations:

E: **Chị hiểu tiếng Việt có dễ không?**
F: **Không. Khó lắm. Phải mất hai năm tôi mới hiểu rõ.**

G: **Chị xem ti vi tiếng Việt có khó không?**
H: **Khó lắm. Phải mất nhiều tháng tôi mới hiểu.**

Exercise 3

Practice the following conversations:

Huy: **Anh được bao nhiêu tuổi?**
Brandon: **Tôi được hai mươi hai tuổi. Còn anh?**
Huy: **Tôi được hai mươi ba tuổi.**
Brandon: **Chị Hoa được bao nhiêu tuổi?**
Jane: **Chị ấy được hai mươi bảy tuổi.**
Brandon: **Chị ấy có gia đình chưa?**
Jane: **Chưa. Chị ấy còn độc thân.**

Carl: **Chị ở Việt Nam được bao lâu rồi?**
Jane: **Tôi ở đây được sáu tháng rồi. Tôi đến đây hồi tháng tám. Còn anh?**
Carl: **Tôi mới đến đây hồi tháng trước.**

CHAPTER 7

Exercise 1

Practice the following conversation:

Reporter: **Trong tuần chị thường làm gì?**
You: **Buổi sáng tôi đi làm. Tôi về nhà lúc năm giờ chiều. Buổi tối tôi thỉnh thoảng đi chơi với bạn.**
Reporter: **Còn cuối tuần?**
You: **Tôi thường dậy trễ và thức khuya. Thỉnh thoảng tôi đạp xe đạp quanh hồ.**

Exercise 2
Practice the following conversation:

Reporter: **Anh có thích xem ti vi không?**
You: **Tôi ít khi xem ti vi. Tôi thích đọc sách và nghe nhạc.**
Reporter: **Cuối tuần anh có thỉnh thoảng đi bơi không?**
You: **Không bao giờ. Tôi không biết bơi. Nhưng tôi muốn học bơi.**

Exercise 3
Practice the following conversation:

Reporter: **Chị ngủ mấy tiếng mỗi tối?**
Alice: **Khoảng sáu tiếng. Tôi thường đi ngủ lúc nửa đêm và ngủ dậy lúc sáu giờ sáng.**
Reporter: **Chị thường đi làm lúc mấy giờ?**
Alice: **Lúc bảy giờ rưỡi sáng.**
Reporter: **Và chị thường về nhà lúc mấy giờ?**
Alice: **Khoảng năm giờ mười lăm.**

Exercise 4
Practice the following conversations:

Amy: **Bây giờ là mấy giờ rồi, Henry?**
Henry: **Ba giờ rưỡi.**

Jack: **Bây giờ là mấy giờ rồi, Carol?**
Carol: **Tám giờ kém mười sáu phút.**

CHAPTER 8

Exercise 1
Practice the following conversations:

Josh: **Josh rất muốn đi thăm Hội An.**
Jennifer: **Ý kiến tuyệt vời. Mình có thể mướn xe hơi và lái đến đó.**

Courtney: **Courtney rất muốn đi thăm đảo Phú Quốc.**
Alex: **Ý kiến tuyệt vời. Mình có thể đi bằng tàu thủy hoặc bằng máy bay.**

Exercise 2
Practice the following conversations:

Josh: **Mình nên ở Hội An bao lâu?**
Jennifer: **Hai ngày cũng đủ rồi.**
Courtney: **Mình nên ở Phú Quốc bao lâu?**
Alex: **Một tuần cũng đủ rồi.**

Exercise 3
Practice the following conversations:

Josh: **Hội An cách Đà Nẵng bao xa?**
Jennifer: **Khoảng hai mươi lăm cây số.**

Courtney: **Phú Quốc cách Sài Gòn bao xa?**
Alex: **Khoảng ba trăm ki lô mét.**

Exercise 4
Practice the following conversations:

Susan: **Chuck thấy chuyến bay thế nào?**
Chuck: **Không thoải mái cho lắm.**

Tiffany: **Tiền vé máy bay là bao nhiêu?**
Agent: **Hai triệu đồng.**

Bob: **Khách sạn nào gần nhất?**
Agent: **Khách sạn Rex.**

Tony: **Đi bộ từ ga xe lửa đến khách sạn được không?**
Agent: **Được. Mất khoảng nửa tiếng.**

CHAPTER 9

Exercise 1
Practice the following conversations:

A: **Tôi gọi cách đây nửa tiếng.**
B: **Xin chị chờ đầu dây một lát.**

C: **Tôi đến đây cách đây mười lăm phút.**
D: **Xin anh chờ thêm năm phút.**

Exercise 2
Rearrange the words to form sentences:

1. **cách đây / Jane / Việt Nam / đến / năm / một**
   Jane đến Việt Nam cách đây một năm.
2. A: **nói chuyện / Bác sĩ Thúy / tôi / với / muốn**
      Tôi muốn nói chuyện với Bác sĩ Thúy.
   B: **ăn trưa / rồi / bà ấy / đi. có / anh / cho / bà ấy / nhắn lại / muốn / không?**
      Bà ấy đi ăn trưa rồi. Anh có muốn nhắn lại cho bà ấy không?

Exercise 3
Practice the following conversations:

Agent: **Khi nào chị muốn mướn xe?**
Jane: **Cuối tuần này.**

Peggy: **Jane đến Việt Nam hồi nào?**
Ben: **Chị ấy đến đây cách đây một năm.**

Exercise 4
Fill in the blanks with proper words:

A: **A lô. Ai đó?**
B: **Tom đây. Kim có nhà không?**
A: **Có. Tom chờ một chút nha?**
B: **Dạ được.**

Exercise 5
Fill in the blanks with proper words:

C: **A lô. Huy đây. Jane có khỏe không?**
D: **Khỏe. Huy có khỏe không? Tại sao Huy không đi làm sáng nay?**
C: **Huy bị nhức đầu và cũng cảm thấy hơi mệt.**
D: **Huy nên nghỉ ngơi. Chúc Huy mau khỏe.**

CHAPTER 10

Exercise 1
Practice the following conversations:

Doctor: **Anh bị sao vậy?**
You: **Tôi bị nhức đầu và không ngủ được ba đêm rồi.**

You: **Tôi bị bệnh gì vậy, thưa Bác sĩ?**
Doctor: **Anh bị căng thẳng.**

You: **Tôi có nên uống thuốc không?**
Doctor: **Không, nhưng anh nên nghỉ ngơi nhiều.**

Exercise 2
Rearrange the words to form sentences:

1. **cảm thấy / mệt / chóng mặt / Maggie / đang / và / rất**
   Maggie đang cảm thấy rất mệt và chóng mặt.

2. **nên / Maggie / bác sĩ / đi / chiều nay**
   Maggie nên đi bác sĩ chiều nay.

3. tiệm thuốc tây / mua / đi ra / theo toa / Maggie / cần / thuốc
   Maggie cần đi ra tiệm thuốc tây mua thuốc theo toa.

4. phải / mỗi ngày / thuốc / hai lần / Maggie / uống, ba / mỗi lần / uống / viên
   Maggie phải uống thuốc hai lần mỗi ngày, mỗi lần uống ba viên.

Exercise 3
Practice the following conversations:

Alex: **Bí quyết sức khỏe của Alice là gì?**
Alice: **Alice chơi quần vợt hai lần một tuần và đi bơi ba lần.**

Natalie: **Bí quyết giảm cân của Frank là gì?**
Frank: **Chạy bộ và đi bơi hàng ngày.**

Exercise 4
Practice the following conversations:

Peggy: **Eddy chơi bóng rổ mấy lần một tuần?**
Eddy: **Một hoặc hai lần một tuần.**

Gray: **Addie đi đến phòng tập thể dục mấy lần một tuần?**
Addie: **Hàng ngày.**

CHAPTER 11
Exercise 1
Practice the following conversation:

You: **Tôi muốn mở một tài khoản tiết kiệm.**
Bank Teller: **Anh có đem theo giấy tờ tùy thân không?**
You: **Tôi có thẻ cư trú và hộ chiếu.**
Bank Teller: **Tốt lắm. Bây giờ xin anh điền và ký vào mẫu đơn này.**

Exercise 2
Practice the following conversation:

You: **Tôi phải điền mấy mẫu đơn mới xong thủ tục?**
Bank Teller: **Hai mẫu đơn thôi.**
You: **Tốt lắm.**
Bank Teller: **Đây là thẻ rút tiền mặt của anh. Bây giờ xin anh tự chọn mã số cá
             nhân trên bàn phím này.**
You: **Tôi nên chọn mấy số mới an toàn?**
Bank Teller: **Sáu số cũng được rồi.**

Exercise 3
Practice the following conversation:

You: Tôi muốn gửi bốn trăm đô vào tài khoản tiết kiệm.
Bank Teller: Chị có đem theo giấy tờ tùy thân không?
You: Xin lỗi anh. Tôi quên đem theo giấy tờ tùy thân. Có cách nào anh giúp tôi được không?
Bank Teller: Chị có thể nói chuyện với giám đốc quản lý ngân hàng.

Exercise 4
Practice the following conversation:

You: Hối suất hôm nay là bao nhiêu?
Bank Teller: Hai mươi bốn ngàn đồng cho một đô.
You: Tôi muốn đổi hai trăm đô.
Bank Teller: Chị có thể rút tiền mặt không?
You: Xin lỗi anh. Tôi quên mang thẻ, nhưng tôi có hộ chiếu.
Bank Teller: Tốt lắm. Bây giờ xin chị điền vào mẫu đơn này ... Dạ đây. Xin chị đếm lại tiền xem có đủ chưa.
You: Tốt lắm. Đủ cả. Cho tôi xin biên lai.

CHAPTER 12
Exercise 1
Practice the following conversations:

Sheila: Ai sẽ ăn tối với chúng ta vào tối thứ sáu vậy?
Sam: Jane và Ben.

Henry: Ai sẽ đưa Ian ra phi trường?
Ian: Đừng lo. Ian sẽ đi xe buýt.

Regina: Ai mời chúng ta ăn trưa vào chủ nhật vậy?
Pam: Ba má của Hoa.

Exercise 2
Practice the following conversations:

Chris: Hay là chúng ta đi bộ đến bãi biển. Dana nghĩ sao?
Dana: Được. Đi bộ từ khách sạn đến đó mất mười phút thôi.

Tom: Hay là ngày mai Brett đi ngân hàng. Brett nghĩ sao?
Brett: Ngày mai Brett bận. Brett phải đi bây giờ.

Jane: Hay là chúng ta đi thăm ba má Hoa vào cuối tuần này.
Ben: Đó là ý kiến hay.

Exercise 3
Try to interpret the following text messages:

1. **Ch Jane, Ch ngủ ch? Tại sao Ch ko jả lùi dt? Chìu mai tụi mìn dj uog nc nhe. Xog rùi dj koi fim lun. Fim hay lém.**
   Chị Jane, chị ngủ chưa? Tại sao chị không trả lời điện thoại? Chiều mai tụi mình đi uống nước nhe. Xong rồi đi coi phim luôn. Phim hay lắm.

2. **A Ben, A khỏe ko? Chủ nhụt này A kó rảg ko? E mún mời A dj ăn túi, lúk tém jờ. Nhớ jả lùi cho E bít.**
   Anh Ben, anh khỏe không? Chủ nhật này anh có rảnh không? Em muốn mời anh đi ăn tối, lúc tám giờ. Nhớ trả lời cho em biết.

Exercise 4
Practice the following conversations:

Sue: **Hóa ra họ có điện thoại di động rồi à?**
Ted: **Không phải đâu. Họ mới nhờ tôi giúp họ mua hôm qua.**

Tom: **Làm sao Laura biết cô ấy có cuốn sách đó rồi?**
Laura: **Laura mua cho cô ấy hồi tuần trước.**

CHAPTER 13
Exercise 1
Practice the following conversations:

Jane: "Splendid" **là gì trong tiếng lóng của tiếng Việt?**
Huy: **Trong tiếng lóng của tiếng Việt,** "splendid" **là "bá cháy."**

Jane: "Of poor quality" **là gì trong tiếng lóng của tiếng Việt?**
Huy: **Trong tiếng lóng của tiếng Việt,** "of poor quality" **là "cùi bắp."**

Jane: "I must get going" **là gì trong tiếng lóng của tiếng Việt?**
Huy: **Trong tiếng lóng của tiếng Việt,** "I must get going" **là "Tôi phải thăng."**

Exercise 2
Practice the following conversations:

Jane: **"Bà tám" hẳn phải là từ lóng trong tiếng Việt.**
Huy: **Phải. "Bà tám" được dùng để chỉ một người nhiều chuyện.**

Jane: **"Đập hộp" hẳn phải là từ lóng trong tiếng Việt.**
Huy: **Phải. "Đập hộp" được dùng để chỉ một thứ mới mua.**

Jane: **"Trùm sò" hẳn phải là từ lóng trong tiếng Việt.**
Huy: **Phải. "Trùm sò" được dùng để chỉ một người keo kiệt.**

Exercise 3
Practice the following conversations:

Ben: Hôm nay mình đi uống cà phê và chém gió nhe?
Jane: Dĩ nhiên rồi. Lâu qua mình chưa đi.

Liza: Hôm nay mình đi ăn cơm bụi nhe?
Art: Ừ. Mình nên mời Jane và Ben cùng đi.

Exercise 4
Practice the following conversations:

Hoa: "Telling lies" là gì trong tiếng lóng của tiếng Việt? Jane không nhớ hả?
Jane: Không. Jane chịu.
Hoa: Cưa bom.

Huy: "Iced coffee" là gì trong tiếng lóng của tiếng Việt?
Ben: Huy mới dạy cho Ben hôm qua. "Nâu đá."

....

PHOTO CREDITS

The following images in this book are sourced from:

 **ONLINE AUDIO TRACK LIST**

CHAPTER 1
Introduction and
Pronunication Guide

CHAPTER 2
Dialogue 1
Vocabulary 1
Pattern Practice 1
Dialogue 2
Vocabulary 2
Pattern Practice 2
Exercises 5 and 6

CHAPTER 3
Dialogue 1
Vocabulary 1
Pattern Practice 1
Exercise 1
Dialogue 2
Vocabulary 2
Pattern Practice 2
Exercises 4 and 5

CHAPTER 4
Dialogue 1
Vocabulary 1
Pattern Practice 1
Dialogue 2
Vocabulary 2
Pattern Practice 2
Exercises 3 and 4

CHAPTER 5
Dialogue 1
Vocabulary 1
Pattern Practice 1
Exercise 1
Dialogue 2
Vocabulary 2
Pattern Practice 2
Exercise 2

CHAPTER 6
Dialogue 1
Vocabulary 1
Pattern Practice 1
Exercise 1
Dialogue 2
Vocabulary 2
Pattern Practice 2
Exercise 3

CHAPTER 7
Dialogue 1
Vocabulary 1
Pattern Practice 1
Exercise 1
Dialogue 2
Vocabulary 2
Pattern Practice 2
Exercises 3 and 4

CHAPTER 8
Dialogue 1
Vocabulary 1
Pattern Practice 1
Exercises 1–3
Dialogue 2
Vocabulary 2
Pattern Practice 2
Exercise 4

CHAPTER 9
Dialogue 1
Vocabulary 1
Pattern Practice 1
Exercise 1
Dialogue 2
Vocabulary 2
Pattern Practice 2
Exercises 4 and 5

CHAPTER 10
Dialogue 1
Vocabulary 1
Pattern Practice 1
Exercises 1 and 2
Dialogue 2
Vocabulary 2
Pattern Practice 2
Exercises 3 and 4

CHAPTER 11
Dialogue 1
Vocabulary 1
Pattern Practice 1
Exercises 1 and 2
Dialogue 2
Vocabulary 2
Pattern Practice 2
Exercises 3 and 4

CHAPTER 12
Dialogue 1
Vocabulary 1
Pattern Practice 1
Exercises 1 and 2
Dialogue 2
Vocabulary 2
Pattern Practice 2
Exercises 3 and 4

CHAPTER 13
Dialogue 1
Vocabulary 1
Pattern Practice 1
Exercises 1 and 2
Dialogue 2
Vocabulary 2
Pattern Practice 2
Exercises 3 and 4

To Access the Online Audio Recordings:

1. Check to be sure you have an internet connection.
2. Type the URL below into your web browser.

https://www.tuttlepublishing.com/learning-vietnamese

For support, you can email us at info@tuttlepublishing.com.

"Books to Span the East and West"

Tuttle Publishing was founded in 1832 in the small New England town of Rutland, Vermont [USA]. Our core values remain as strong today as they were then—to publish best-in-class books which bring people together one page at a time. In 1948, we established a publishing office in Japan—and Tuttle is now a leader in publishing English-language books about the arts, languages and cultures of Asia. The world has become a much smaller place today and Asia's economic and cultural influence has grown. Yet the need for meaningful dialogue and information about this diverse region has never been greater. Over the past seven decades, Tuttle has published thousands of books on subjects ranging from martial arts and paper crafts to language learning and literature—and our talented authors, illustrators, designers and photographers have won many prestigious awards. We welcome you to explore the wealth of information available on Asia at **www.tuttlepublishing.com**.

Published by Tuttle Publishing, an
imprint of Periplus Editions (HK) Ltd.

www.tuttlepublishing.com

Copyright © 2022 Tuttle Publishing
Cover photo © Dragon Images and Filip Bjorkman/Shutterstock

Library of Congress Cataloging-in-Process

ISBN: 978-0-8048-5446-7 *(Previously published as ISBN 978-0-8048-4597-7)*

Distributed by

North America, Latin America & Europe
Tuttle Publishing
364 Innovation Drive, North Clarendon,
VT 05759-9436, USA
Tel: 1 (802) 773 8930; Fax: 1 (802) 773 6993
info@tuttlepublishing.com
www.tuttlepublishing.com

Asia Pacific
Berkeley Books Pte Ltd
3 Kallang Sector #04-01
Singapore 349278
Tel: (65) 6741 2178; Fax: (65) 6741 2179
inquiries@periplus.com.sg
www.tuttlepublishing.com

First edition
26 25 24 23 22   5 4 3 2 1

Printed in Singapore   2207TP

TUTTLE PUBLISHING® is a registered trademark of Tuttle Publishing, a division of Periplus Editions (HK) Ltd.